பாலி

கவிப்பித்தன்

பாலி	:	சிறுகதைகள்
	:	கவிப்பித்தன்
	:	© ஆசிரியருக்கு
முதற்பதிப்பு	:	டிசம்பர் 2021
அட்டைப்புகைப்படம்	:	பி.எஸ்.வம்சி
வெளியீடு	:	வம்சி புக்ஸ்
		19, டி.எம்.சாரோன்,
		திருவண்ணாமலை - 606 601
		9445870995, 04175 - 235806
அச்சாக்கம்	:	மணி ஆப்செட், சென்னை - 600 077
விலை	:	₹ 150/-
ISBN	:	978-93-93725-07-3

Paali	:	Short Stories
	:	Kavipithan
	:	© Author
First Edition	:	December - 2021
Wrapper Photography	:	B.S. Vamsi
Published by	:	Vamsi books
		19.D.M.Saron,
		Tiruvannamalai - 606 601
		9445870995, 04175 - 235806
Printed by	:	Mani Offset, Chennai - 600 077
	:	₹ 150/-
ISBN	:	978-93-93725-07-3

www.vamsibooks.com - e-mail: kvshylajatvm@gmail.com

பெருந்தொற்று பறித்துக் கொண்ட
எங்களின் ஆத்ம நண்பன் பாகவெளி கோ.ஆண்டியின்
நினைவுகளுக்கு...

நன்றி...
கதைகளை வெளியிட்ட ஆனந்த விகடன்,
கனலி இணைய இதழ், சிறுகதை காலாண்டிதழ்

சகலத்தையும் புரட்டிப் போட்ட பெருந்தொற்று

வாழ்வின் நிலையற்றத் தன்மையை இயற்கை பல நேரங்களில் நமக்கு உணர்த்திக் கொண்டே இருக்கிறது. ஆயினும் ஏதோ ஒரு அசைக்க முடியாத நம்பிக்கையோடு நாம் அதனோடு போராடிக் கொண்டே இருக்கிறோம். பல நேரங்களில் நாமே வெற்றியும் பெறுகிறோம். ஆனால், தவிர்க்க முடியாமல் அப்படியான வெற்றிக்குப் பின்னால் ஏராளமான இழப்புகளையும், காயங்களையும் எதிர் கொள்கிறோம்.

மனிதகுல வரலாற்றின் நெடும் பயணத்தில் இவையெல்லாமே அவ்வப்போது நடப்பதுதான். என்றாலும் அண்மையில் உலகத்தையே புரட்டிப்போட்ட கொரானா பெருந்தொற்றின் கோர தாண்டவம் மிகக் கொடூரமானது. எவராலும் ஏற்றுக்கொள்ள முடியாதது. எளிதில் மறந்துவிடவும் முடியாதது.

பெருந்தொற்றின் பிடியில் நமக்கு நெருக்கமான பலரை இழந்திருக்கிறோம். மிகப் பெரும் ஆளுமைகளையும் பலி கொடுத்திருக்கிறோம். கொடுங்கனவு போல அதிலிருந்து மீள முடியாமல் தவிக்கிறோம். வாழ்க்கையின் திசை தவறி, பலபலக் குடும்பங்கள் திக்கற்று திணறி வருவதையும் காண்கிறோம்.

ஆனாலும் ஏதோ ஒரு நம்பிக்கை, ஏதோ ஒரு மீட்சி, நம்மைத் தொடர்ந்து வாழ வைக்கிறது. அந்த நம்பிக்கைதான் மனித குலத்தை முன்னோக்கி வழி நடத்துகிறது.

அதுவே என்னையும் வழி நடத்துகிறது.

இந்தத் தொகுப்பில் உள்ள 9 கதைகளும் கடந்த நான்கு ஆண்டுகளில், பல்வேறு மனநிலைகளில் எழுதப்பட்டவை. அதில் 'துளிர்ப்பு' கதை மட்டும் கொரானாவின் இறுக்கமான காலத்தில் எழுதப்பட்டது. எழுதுவதற்கு ஏராளமான கதைகள் இருந்தும் நேர நெருக்கடியால் என்னால் மிகக் குறைவாகவேதான் எழுத முடிகிறது.

அவ்வப்போது இந்தக் கதைகளை வெளியிட்ட ஆனந்த விகடன் வார இதழ், கனலி இணைய இதழ், சிறுகதை காலாண்டிதழ் ஆகியவற்றின் மதிப்பிற்குரிய ஆசிரியர் குழுவினருக்கு என் நெஞ்சம் நிறைந்த நன்றிகள்.

விகடன் குழுமத்தின் மனதிற்கு நெருக்கமான நண்பர்கள் திரு.கலைச் செல்வன், திரு.கா.பாலமுருகன், கவிஞர். வெய்யில், கனலி விக்னேஸ்வரன், எழுத்தாளர்கள் உதயசங்கர், அ.உமர்பாருக் ஆகியோருக்கும் என் ஈரம் சுமக்கும் நன்றிகள்.

கடந்த ஆண்டின் மிக நெருக்கடியான சூழல்களிலிருந்து என்னை மீட்டெடுத்த, என் மீது அளவு கடந்த நம்பிக்கைக் கொண்ட தோழர் கமலாலயன், சென்னை உயர்நீதிமன்ற வழக்கறிஞர் தோழர் ரவி, உடல் நல ஆலோசகர், எழுத்தாளர் போப்பு, கவிஞர். ரவிசுப்பிரமணியன், எனது ஆத்ம நண்பர்கள் மு.பாண்டுரங்கன், மு.ஜெய்குமார் ஆகியோருக்கு எனது மனம் கனிந்த நன்றிகள். நூல்வனம் மணிகண்டன், மொழிபெயர்ப்பாளர் ச.ஆறுமுகம், முத்து சிலுப்பன், கவிஞர். யாழன் ஆதி, கம்பீரன், நாராயணி கண்ணகி, க. பூபாலன், தகரகுப்பம் ஏழுமலை, த.மு.எ.க.ச வேலூர் சுரேந்திரன் ஆகியோருக்கும் என் நன்றிகள்.

வாழ்வின் ஒவ்வொரு நொடியிலும் எனது அபத்தங்கள் அனைத்தையும் சகித்துக் கொண்டு, என்னைக் காத்து வருகிற எனது

துணைவியார் மஞ்சுளாவுக்கு நான் எந்த வார்த்தையில் நன்றி சொல்வேன்? எனது பிள்ளைகள் ஓவியா, சிந்து, நிலவழகன், எனது தாயார் சக்கரவேணி, தந்தை மு.கண்ணன், உடன்பிறந்தோர் நரசிம்மன், வேணுகோபால், சுந்தரமூர்த்தி, கோமதி, ஜானகி, மருமகன் மஞ்சுநாதன் ஆகியோருக்கும் நான் வாழ்வில் பெரும் கடன் பட்டிருக்கிறேன்.

பல நேரங்களில் எனக்குப் பெரும் ஆறுதலாக இருக்கும் சக வருவாய்த்துறை அலுவலர்கள் அனைவருக்கும் என் நன்றிகளை காணிக்கையாக்குகிறேன்.

இத்தொகுப்பை மன நிறைவுடனும், மிகுந்த அக்கறையுடனும் வெளியிடுகிற வம்சி புக்ஸ் வெளியீட்டாளர் தோழர் ஷைலஜா, பெரும் கதை சொல்லி தோழர். பவா செல்லதுரை, வேலூர் லிங்கம் ஆகியோருக்கும் என் அன்பு.

பிரியத்துடன்
கவிப்பித்தன்

எழுத்தாளர் விவரம்

கவிப்பித்தன்

பிறந்த ஊர் - வசூர் (இராணிப்பேட்டை மாவட்டம்)

இதுவரை வெளியான படைப்புகள்

கவிதைத் தொகுப்புகள்

1. ஒரு மேகத்தின் தாகம்

2. யாருமற்ற கனவில்

சிறுகதைத் தொகுப்புகள்

3. இடுக்கி

4. ஊர்ப்பிடாரி

5. பிணங்களின் கதை

6. சிப்பாய் கணேசன்

7. சாவடி

நாவல்கள்

8. நீவாநதி

9. மடவளி

10. ஈமம்

பெற்ற விருதுகள், பரிசுகள்

ஊர்ப்பிடாரி தொகுப்புக்கு சிறந்த சிறுகதை தொகுப்புக்கான கவிதை உறவு பரிசு.

பிணங்களின் கதை தொகுப்பிற்கு **ஜெயந்தன் விருது**

திருப்பூர் தமிழ்ச்சங்க விருது

மடவளி நாவலுக்கு ஆனந்த விகடன் **நம்பிக்கை விருது.**

நீவாநதி நாவலுக்கு எஸ்.ஆர்.எம்.

தமிழ்ப்பேராயத்தின் புதுமைப்பித்தன் படைப்பிலக்கிய விருது.

ஊர்ப்பிடாரி சிறுகதைக்கு கந்தர்வன் நினைவுச் சிறுகதைப் போட்டியில் முதல் பரிசு

'ஊர்ப்பிடாரி' சிறுகதைத் தொகுப்பு தற்போது திருவள்ளுவர் பல்கலைக்கழகத்தில் எம்.ஏ.,தமிழ் மாணவர்களுக்கு பாடநூலாக வைக்கப்பட்டுள்ளது.

துணைவியார். மஞ்சுளா

மகள்கள். ஓவியா, சிந்து

மகன். நிலவழகன்

தொடர்பு முகவரி

9. பாரதியார் தெரு,
கீழ்ப் புதுப்பேட்டை,
வாலாசாபேட்டை,
இராணிப்பேட்டை மாவட்டம்,
தமிழ்நாடு - 632 513.
94434 30158
மின்னஞ்சல் : kavipithan71@gmail.com

1. களப் பலி 11

2. ஒற்றன் 29

3. பச்சை நிறக் கனவு 45

4. பாலி 64

5. வெள்ளையம்மா 81

6. பரிகாரம் 97

7. தலைப்புச் செய்தி 114

8. வானத்தை வரைந்த சிறகு 131

9. துளிர்ப்பு 151

களப் பலி

பேருந்து அசுர வேகத்தில் விரைந்து கொண்டிருந்தது. வெங்கடேசனின் மனமோ அதைவிடவும் வேகமாகப் பறந்து கொண்டிருந்தது. அவன் வேகத்திற்கு முன்னால் பேருந்தின் வேகம் சலிப்பாக இருந்தது.

காலையில் அம்மாவிடமிருந்து கைப்பேசி அழைப்பு வந்ததிலிருந்தே... இருட்டிய கீழ் வானத்தில் ஏக்கமாய்க் கூவிக்கொண்டு பறக்கும் ஒற்றைக் கொக்கைப்போல அவன் மனம் தவிப்பில் பறந்து கொண்டிருக்கிறது.

"சாந்தா அத்த 'சீரிசா கீதுரா....' இன்னிக்குப் பகலு தாங்காது..." என அம்மா சொன்ன போதே இவன் தொண்டையில் ஈரம் கட்டிக் கொண்டது.

முதலில் இவன் மட்டும்தான் ஆதாபாதையாகக் கிளம்பினான். சட்டென்று நினைவு வந்தவனாக மகள் பாவனாவையும்

அழைத்துக்கொண்டான். மெஜஸ்டிக் பேருந்து நிலையத்திற்குள் போகாமல் ஆம்னிகள் நிற்குமிடம் தேடிப் போய், புத்தம் புதுசாய் இருந்த ஒரு பேருந்தில் ஏறி உட்கார்ந்தார்கள்.

அரசுப் பேருந்துகள் வேலூர் போகவே ஐந்து மணி நேரம் ஆகும். ஆம்னிகள் மூன்றரை மணி நேரத்திற்குள் போய்விடும். கட்டணம் பற்றி கவலைப்பட நேரமில்லை.

கப்பல் போன்று மிதந்து மிதந்து போய்க் கொண்டிருந்த பேருந்தின் சில்லிட்ட காற்றையும் மீறி, அவன் மனம் புழுங்கிக் கொண்டிருந்தது. பெங்களூரு நகரத்தின் காலை நெரிசலைக் கடந்ததும், நீண்டு கிடக்கிற அகலச் சாலையில் தடங்கலின்றி விரையத் தொடங்கியது பேருந்து. பாவனா அவன் மடியில் தலை சாய்த்து உறங்கத் தொடங்கி விட்டாள்.

மாநில எல்லைச் சாவடிகளையும், ஓசூரையும் கடந்த பின்னர் முன் செல்லும் லாரிகளையும், பேருந்துகளையும் அனாயாசமாகப் பின் தள்ளி விரைகிற இந்த அசுரத்தனத்திற்கு மற்ற நேரமாக இருந்தால் பதைபதைத்திருப்பான். இப்போதோ அசதியாக இருந்தது.

கிருஷ்ணகிரியைக் கடப்பதற்குள்ளாகவே இவன் மனம் மேலும் துவண்டுவிட்டது. உள்ளுக்குள் அலையடித்துக் கொண்டிருந்த கடல் இப்போது அவனை மேலும் கீழுமாய் புரட்டிப் போடத் தொடங்கியது. அத்தையின் முகம் ஆணி அடித்து மாட்டியதைப் போல அவன் கண்களுக்குள் ஆடாமல் அசையாமல் நின்று அவனையே பார்த்துக் கொண்டிருந்தது.

எவ்வளவு களையான முகம் சாந்தா அத்தைக்கு. அப்போதுதான் குளித்தது போன்ற பிரகாசமான அழகு. அதிகாலை கிழக்கில் எழுகிற சூரியனைப் போல அவள் நெற்றியில் குங்குமப் பொட்டு எப்போதும் சுடர் விடும்.

அவளுக்கு வெங்கடேசன் மீது பாசம் அதிகம். இவன் அப்பாவோடு பிறந்த இரண்டு அக்காக்களில் அவள்தான் மூத்தவள். இளையவள் கோலார் பக்கம் ஒரு கிராமத்தில் தூரத்தில் இருந்ததால் கல்யாணம், சாவு என எப்போதாவதுதான் பார்க்க முடியும்.

சாந்தா அத்தையின் ஊர் இவர்களின் ஊரிலிருந்து நடந்து போகும் தூரத்தில்தான் இருக்கிறது. இரண்டு ஊர்களுக்கும் நடுவில் நீவா நதி மட்டும் தான் நீளமாகப் படுத்துக் கிடக்கிறது.

நதியின் கிழக்குக் கரையிலிருக்கிற இவர்களின் ஊரிலிருந்து பொடி நடையாகக் கிளம்பினாலே போதும். வெள்ளைக்காரன் கட்டிய ஓட்டு பங்களாவைப் பார்த்தபடி தடுப்பணையின் மீது நடந்து, மறு கரைக்குப் போய்... ஒற்றைச் சாலையின் ஓரமாகவே அரை மைல் துரம் நடந்தால் எருக்கம்பட்டு. அப்படியே சில நிமிடங்கள் நடந்தால் கொக்கேரி. அடுத்தது புண்ணிய பூமி. அப்போதெல்லாம் பதினைந்து இருபது வீடுகள்தான் அங்கே இருந்தன. எல்லாமே கூரை வீடுகள்.

மாமாவுக்கு இரண்டு ஏக்கர் செழிப்பான நிலம் இருந்தது. வற்றாத தண்ணீர்க் கிணறு. பள்ளியில் படிக்கிற போது வாரம் தவறாமல் அத்தை வீட்டுக்குப் போய் விடுவான். சில முறை இவன் அப்பாவும் வருவார். பலமுறை அம்மாவிடம் சொல்லிவிட்டுத் தனியாகவே கிளம்பிவிடுவான்.

''உனுக்கும் உங்கொப்பனுக்கும் வேற வேலயே இல்ல..... ஆ... ஊன்னா அங்கக் களம்பிடுங்க.... கெலீஜ் புட்ச்சவ... எப்டிதாங் அந்த ஊட்ல போயி சோத்தத் துண்றீங்களோ...?'' என்று இவனிடம் முகம் சுளிப்பாள் இவன் அம்மா.

அதுதான் இவனுக்குப் பல நேரங்களில் வியப்பாகவும், புதிராகவும் இருக்கும். மழையில் குளித்த மல்லிகைப் பூவைப் போல எப்போதுமே

மலர்ந்திருக்கும் அத்தையின் முகத்தைப் பார்த்தால் யாருக்குமே திட்டத் தோன்றாது. ஆனால் இவன் அம்மா மட்டும் அவள் பேரைக் கேட்டாலே சிடுசிடுப்பாள்.

"ஏம்பா, அம்மா எப்பப் பாத்தாலும் அத்தையத் திட்டிகினே கீது....?" என்று ஒரு முறை அப்பாவிடம் கேட்டான். அப்போது இவன் நான்காவது படித்துக் கொண்டிருந்தான்.

தடுப்பணையைத் தாண்டி ஆறடி உயரத்துக்கும் மேலாக நுரையும் நொப்புமாய் குதித்துக் கொண்டிருந்தது வெள்ளம். இந்தக் கரையிலிருந்து அந்தக் கரைக்கு யாராலும் போக முடியவில்லை. வேடிக்கைப் பார்ப்பவர்களையும் லஸ்கர்கள் விரட்டிக் கொண்டிருந்தனர்.

வெள்ளம் குறைய மூன்று வாரங்கள் ஆனது. அணை மீது தண்ணீர் குதிப்பது நின்று, இரண்டு பக்கக் கால்வாய்களிலும் வெள்ளம் திரும்பிய பிறகுதான் அணைமீது நடக்க அனுமதித்தார்கள்.

மூன்று வாரங்கள் கழித்து அத்தை வீட்டை நோக்கி... அப்பாவுக்கு முன்னால் வேகமாக ஓடிக்கொண்டிருந்த போதுதான் அவரிடம் இந்தக் கேள்வியைக் கேட்டான்.

"அது இப்ப உனுக்குப் புரியாதுடா..." என0 அவனது தோளைத் தொட்டு அவனின் வேகத்தை மட்டுப்படுத்தினார் அவர்.

அத்தைக்கு ஒரே ஒரு மகன் மட்டும்தான். பெயர் சந்திரன். அவரைச் சின்ன மாமா என அழைப்பான் இவன். அவரும் ரொம்பச் சுத்தம். இவன் பத்தாவது படிக்கிற போது அவருக்குத் திருமணம் நடந்தது.

இவன் கல்லூரிக்குப் போகிற வரை வாரம் தவறாமல் அத்தை வீட்டுக்குப் போவது தொடர்ந்தது. எப்போது போனாலும், செய்து கொண்டிருக்கிற வேலையை அப்படியே போட்டுவிட்டு, இவனை உட்கார வைத்து முதலில் சாப்பாடு போடுவாள்.

வெள்ளைவெளேரென்ற புழுங்கல் அரிசிச் சோற்றுக்கு முருங்கைக்காய் சாம்பார், எண்ணெய்க் கத்திரிக் குழம்பு, மொச்சைக் கொட்டை கருவாட்டுக் குழம்பு, வெண்டைக்காய்க் காரக் குழம்பு என எல்லாமே அவள் கைப்பக்குவத்தில் நாக்கில் நின்று ருசிக்கும்.

தையல் இலை நிறைய்ய சோற்றைப் போட்டு... தளரத் தளர குழம்பை ஊற்றுவாள். கடித்துக் கொள்ள நார்த்தங்காய் ஊறுகாய் வைத்து, கதவை ஒருக்களித்துச் சாத்தி விட்டு வாசலோரம் உட்கார்ந்து கொள்வாள். இவன் சாப்பிடுவதைப் பார்த்து யாருடைய கண்ணும் பட்டுவிடக் கூடாது என்று சிரிப்பாள்.

சாப்பிட்டு, தண்ணீர் குடித்து, ஏப்பம் விடும் வரை வேறு எந்த யோசனையும் வராது. கை கழுவிய பின்னர்தான் அந்தக் கேள்வி அவன் முன்னால் நின்று குதிக்கும்.

''கெலீஜ் புட்ச்சவ...'' என்று அம்மா ஏன் முகம் சுளிக்கிறாள்...?

அத்தையிடம் கேட்க பயமாகவும், தயக்கமாகவும் இருந்தது.

இவர்கள் ஊரில் நடக்கிற கெங்கையம்மன் ஜாத்திரைக்கு வருடம் தவறாமல் வருவாள். தலை நிறைய மல்லிகைப் பூவும், கனகாம்பரமும் சிரிக்க, மஞ்சள் பூசி தகதகக்கும் முகமும், வழக்கமான குங்குமப் பொட்டுமாக அவள் வீட்டுக்குள் நுழைகிறபோது.... அந்த கெங்கையம்மனே வீட்டுக்குள் வருவதைப் போல இருக்கும்.

ஆற்றிலிருந்து பூங்கரமும், அம்மன் சிரசும் ஊருக்குள் நுழைகிறபோதுதான் அவளும் வருவாள். ஊர்வலம் முடிந்து, அம்மன் உடலில் சிரசு பொருத்தப்பட்டு, விருந்துண்டு ஊரே ஓய்வெடுக்கிற உச்சி வெய்யில்வரைகூட சாப்பிட உட்கார மாட்டாள். பெரியப்பா, சித்தப்பா, அத்தைமார் வீடு என வாசல் வாசலாக பூரிப்போடும், கண்களில் நிறைந்து வழிகிற பாசத்தோடும் நுழைந்து கொண்டிருப்பாள்.

அம்மா பலமுறை வேண்டிய பிறகு ஏதோ பேருக்குச் சாப்பிடுவாள். ஆட்டுக்கறி, கோழிக்கறி எதுவும் அவளுக்கு இறங்காது. கெங்கையம்மனைப் போ லவே கொழுக்கட்டைதான் அவளுக்கும் பிரியமானது.

வருடம் தவறாமல் தீபாவளிக்கு மறுநாள் மாலை 'தீபாவளி சீர்' எடுத்துக் கொண்டு அத்தை வீட்டுக்குப் போவார் அப்பா. கூடவே இவனும் போவான்.

இவர்கள் போகும் போதே அங்கே உளுந்த வடை கடலை எண்ணெய்யில் வெந்து கொண்டிருக்கும். மரவட்டைப் பட்டாசைக் கொளுத்தி எண்ணெயில் விட்டதைப் போல... நுரைக்க நுரைக்க அந்த வடைகள் வேகிற போதே அதன் வாசனை வாசல்வரை வரும்.

ஏற்கனவே வீட்டில் கார வடையும், அதிரசமும், நோன்பு சோறும் தின்று... செத்தத் தவளையின் வயிற்றைப்போல இவன் வயிறு உப்பியிருக்கும். இருந்தும் அந்த வடையின் வாசனை இவன் வயிற்றுக்குள்ளே போய்.... அடுத்து உள்ளே வரப்போகிற அந்த வி.ஐ.பி. வடைக்காக மற்றதையெல்லாம் ஒரு பக்கமாக ஒதுக்கி, இடத்தைக் காலி செய்து வைத்துவிடும்.

'தீபாவளி சீர்' என இவர்கள் கொண்டு போகிற இருபது கார வடைகளையும், இருபது வெல்லப் பணியாரத்தையும் பூரிப்பொடு வாங்கி காமாட்சியம்மன் விளக்கின் முன்னால் வைப்பாள். அந்த தீபாவளிப் பலகாரம்தான் அவளின் பெருமை.

"வெங்டா.... வெங்டா...." என்று இவனிடம் வெல்லப்பாகாய் உருகுவாள்.

"எனக்கு ஒரு பொண்ணு இர்ந்தா உனுக்குதாண்டா கட்டிக் குடுப்பங்...." என்று இவன் பள்ளியில் படிக்கும் போதிலிருந்தே சொல்வாள். அப்போதெல்லாம் அவள் கண்கள் கலங்கும். திடீரென அமைதியாகிவிடுவாள்.

அத்தைக்கு ஒரு பெண் குழந்தை இருந்ததும், அது ஆறு வயதில் திடீரென இறந்து போனதும், அப்போது இவன் பிறக்கவே இல்லை என்பதும் ஒருமுறை இவன் அம்மா சொல்லி இவனுக்கும் தெரியும்.

இவன் கல்லூரி முடித்து வேலை தேடிக்கொண்டிருந்த போது, ஒரு முறை திருவிழாவிற்கு அத்தையை அழைத்துவர அப்பா போயிருந்தார். அப்போது அத்தையைப் பற்றி ஏதோ பேசிக்கொண்டிருந்தான் இவன். அப்போதும் வழக்கமாக "கெலீஜ் புட்ச்சவ..." என்று அம்மா சிடுசிடுத்தாள். அப்போது ஆத்திரம் தாங்காமல் இவன் அம்மாவைத் திட்டிய போதுதான்.... இவனிடம் பழைய சம்பவங்களைச் சொல்லத் தொடங்கினாள் அம்மா.

'சாந்தா அத்தை' திருமணமான அடுத்த ஆண்டிலேயே கருவுற்றாள். வழக்கத்தைதைவிட வயிறு சற்றுப் பெரியதாக இருந்தது. அப்போது ஸ்கேன் வசதி எல்லாம் இல்லை. பெண் குழந்தையாக இருக்கலாம் என எல்லோரும் பேசிக்கொள்ள.... 'பெண் ஒன்று, ஆண் ஒன்று' என

இரட்டைக் குழந்தைகள் பிறந்தன. அளவில்லா மகிழ்ச்சியில் பூரித்துப்போனாள் அத்தை.

ஆனால், இதை அதிசயமாகப் பார்த்தது ஊர். இரட்டையர் என்றால் இரண்டும் ஆணாகவோ அல்லது பெண்ணாகவோ தான் பிறக்கும். இப்படி கலந்து பிறப்பது அரிதிலும் அரிது. அப்படி பிறப்பதும் நல்லதல்ல என்று உறவினர்களும் மாமாவும் கவலைப்பட்டனர்.

பெயர் வைக்கவே தடுமாறினார் மாமா. யோசித்து யோசித்துதான் சந்திரன் என்றும் லட்சுமி என்றும் பெயர் வைத்தனர்.

லட்சுமிக்கு கண்கள்தான் அழகு. புதிதாகப் பிறந்த கன்றுக்குட்டியின் கண்களைப் போல அகலமான, துருதுருக்கும் கண்கள். தலை முடியும் மை கருப்பு. அதைப் படிய வாரி பின்னல் போட்டுத் தொங்கவிட்டால் படமெடுத்து ஆடும் நல்ல பாம்பைப் போல முதுகில் புரளும்.

'கலப்பு இரட்டையர்கள், குடும்பத்துக்கு ஆகாது' என்று யார் யாரோ மாமாவிடம் சொல்லிக் கொண்டிருந்தனர். சந்திரனுக்கு காய்ச்சல், சளி என்று ஏதாவது வரும்போதெல்லாம் மாமாவும் கவலைப்பட்டார்.

நான்கு வயதுக்கு மேல் சந்திரனுக்கு அடிக்கடி உடல் சுகவீனப்பட்டது. நாள்பட்ட காய்ச்சல், மூச்சிழுப்பு, வயிற்றுக் கோளாறு என அவனை அடிக்கடி வைத்தியரிடம் காட்ட வேண்டியிருந்தது. நாளுக்கு நாள் உடலும் இளைத்துக் கொண்டிருந்தது. மாறாக லட்சுமி அடியுரம் போட்ட நெற்பயிரைப் போல புஸ்டியாக வளர்ந்தாள். தன் அம்மாவைப் போலவே தகதகக்கும் நிறம். துள்ளல் நடை.

தழையத் தழையத் தலையை வாரி, பின்னல்களுக்கு நடுவே பூச்சரம் வைத்து, அவள் கன்னத்தை வழித்து திருஷ்டி கழித்துப் பெருமைப் படுவாள் அத்தை. அடுத்த கணமே சந்திரனின் சயரோகத்துக்காக பெருமூச்சு விடுவாள்.

பாலி

ஆறாவது வயதில் சந்திரனின் உடல் நிலை மேலும் மோசமானது. வைத்தியர்களிடம் அலையாய் அலைந்தார் மாமா. எந்நேரமும் காமாட்சியம்மன் விளக்கேற்றி வைத்து உருகி ஊருகி அழுதாள் அத்தை.

தனியாக ஒரு சாமியாரைத் தேடிப்போனார் மாமா. நெடுநேரம் கண்களை மூடி கணக்குகளைப் போட்டுவிட்டு அவர் சொன்னார்.

''அரவாங் கள பலிதாங்... ரெண்டுல ஒண்ண கலச்சிடு.... வாழக்கன்ன கலைக்கிற மாதிரி...''

அதைக் கேட்டு வாய்விட்டே அலறிவிட்டார் மாமா. தடுமாறியபடி வீட்டுக்கு வந்தவர் மூன்று நாள்கள் வரை இதை யாரிடமும் சொல்லவில்லை. சந்திரனின் உடல் மேலும் சுகவீனப்படத் தொடங்கியது. சில பெரியவர்களோடு ரகசிய ஆலோசனை நடத்தினார்.

அதன்படி ஒரு வைத்தியரிடம் போய் ஏதோ ஒரு மருந்தை வாங்கி வந்து... அத்தைக்கே தெரியாமல் அதை லட்சுமி சாப்பிடும் சோற்றில் கலந்து வைத்தார்.

அன்று பிற்பகலிலிருந்து லட்சுமிக்கு தொடர் பேதி. குழாய் உடைத்துக் கொண்டு தண்ணீர் பீய்ச்சி அடிப்பதைப் போல பிய்த்துக் கொண்டு அடித்தது.

தொடர்ந்து பாவாடையிலேயே கழியும் பேதியைப் பார்த்து வெலவெலத்துப் போனாள் அத்தை. அந்தப் பாவாடைகளை மாற்றிக் கொண்டே இருந்தாள். அவை வீட்டின் பின்புறம் குவியக் குவிய... வெய்யிலில் அறுத்துப் போட்ட அவரைக் கொடியைப் போல... வதங்கி

சரிந்த லட்சுமியைப் பார்த்துப் பார்த்துப் பதறிக் கொண்டிருந்தது அவள் மனம்.

மறுநாள் காலையில் 'லட்சுமியின் உயிர்' அடங்கி விட்டது. அதற்கு மேல் நடந்தது எதுவுமே அத்தைக்கு உரைக்கவில்லை.

அடுத்த இரண்டு மணி நேரத்தில் ஒரு பெட்சீட்டில் தோலி கட்டி... அதில் லட்சுமியின் உடலை வைத்துச் சுடுகாட்டுக்குக் கொண்டுபோய்.... அவசர அவசரமாய்ப் புதைத்து விட்டனர்.

குழந்தையின் கையிலிருக்கிற பொம்மையை திடீரென யாரோ வந்து பிடுங்கிக் கொண்டு போய்விட்டதைப்போல.... இறந்த குழைந்தையை வலிதீர கட்டிப்பிடித்து அழக்கூட அவகாசம் தராமல்... கண்மூடி திறப்பதற்குள் பிடுங்கிக் கொண்டு போய்விட, பித்துப்பிடித்தபடி உட்கார்ந்திருந்த அத்தைக்கு மூன்றாவது நாள் காலையில்தான் உண்மை தெரிந்தது.

அந்த நொடியில் வாயிலும் வயிற்றிலும் அடித்துக் கொண்டு அலறினாள்.

''அய்யோ.... எங்கொலசாமியே....! இந்த வம்சக் கொடி வளர... உங்கொடிய அற்த்துட்டாங்களே...! எஞ்சாமி... சாமி...'' என்று கதறினாள்.

'லட்சுமியின் முகம்' அவள் கண்ணீரில் ஊறி ஊறி அலைந்தது. எழுந்து வீட்டின் பின்புறம் ஓடினாள். பேதி கழிந்த துணிகள் அங்கே கும்பலாய் கிடந்தன. அதைச் சுற்றிச் சுற்றி ஈக்கள் பறந்து கொண்டிருந்தன. மொத்தத் துணிகளையும் வாரி நெஞ்சோடு அணைத்துக்கொண்டு அழுதாள். அதன் மீது படுத்துப் புரண்டாள். அதைப் பார்த்துத் திகைத்த மாமா, துர்நாற்றம் வீசிய அந்தத்

துணிகளைப் பிடுங்கி வேலிக்கு அப்பால் வீசினார். அவளை வலுக்கட்டாயமாக இழுத்து வந்து வீட்டில் உட்கார வைத்தார்.

மறுநாள், அதிலிருந்து ஒரு பாவாடையை யாருக்கும் தெரியாமல் கொண்டு வந்து வீட்டில் ஒளித்து வைத்துக் கொண்டாள். யாரும் இல்லாதபோது அதை முகர்ந்து பார்ப்பதும், அதை நெஞ்சோடு அணைத்துக்கொண்டு அழுவதுமாக இருந்தாள்

ஐந்தாவது நாளில் அந்தப் பாவாடையைக் கட்டிப்பிடித்துக் கொண்டு அவள் அழுதபோது, அதில் படை படையாய் காய்ந்திருந்த மஞ்சள் மலம் சாமிக்கு சாத்திய சந்தனமாய் அவள் கண்களுக்குத் தெரிந்தது. காய்ந்து உதிரத்தொடங்கிய அதிலிருந்து ஒரு படையை எடுத்து திருநீறு போல நெற்றியில் பூசிக் கொண்டாள்.

அன்று மாலை நிலத்திலிருந்து வீட்டுக்கு வந்த மாமா, அதைப் பார்த்து அதிர்ந்து போனார். முதலில் கோபம் வந்தாலும் பின்னர் பரிதாபமும், பயமும் வந்தது. அந்தப் பாவாடையைப் பிடுங்கி நெருப்பு வைத்துக் கொளுத்தினார்.

பதினோராவது நாளில் புண்ணியாதானம் நடந்தது. அன்று மாலையில், வள்ளிமலைக்கு பின்புறமாக சூரியன் இறங்கிய பிறகு மசங்கல் இருட்டு பரவத் தொடங்கியது. வேலியின் பின் பக்கமிருந்து ''லட்சுமி, தேம்பித் தேம்பி அழுவது'' போலக் கேட்டது அத்தைக்கு.

''அம்மா...! வயிறு நோவுதுமா.... நோவுதுமா....'' என்று லட்சுமி அழுதாள். அந்தக் குரல் அத்தையின் அடிவயிற்றில் நுழைந்து சில்லிட்டது.

சிறிது நேரம் கழித்து ''அம்மா... தல வாரி உடுமா.... தல வாரி உடுமா....'' கெஞ்சத் தொடங்கியது லட்சுமியின் குரல்.

சட்டென எழுந்தாள் அத்தை. சீப்பை எடுத்தாள். இருட்டோடு இருட்டாக சுடுகாட்டை நோக்கி நடக்கத் தொடங்கினாள்.

அவள் நடையில் எந்தத் தடுமாற்றமும் இல்லை. நிர்மூலமான வானத்தைப் போல அவளின் பார்வையில் ஒரு தெளிவு. சுடுகாட்டில் இருட்டின் நிறம் மேலும் அடர்ந்திருக்க, சுற்றிலும் இருந்த செடி கொடிகளும், மண் மேடுகளும் மங்கலாய்த் தெரிந்தன. சற்று தூரத்தில் ஆற்றின் இறக்கத்தில் இருந்த நாணல் புதர் மறைவிலிருந்து குள்ள நரிகளின் ஊளைச் சத்தம் கேட்டது.

லட்சுமியைப் புதைத்த குழியின் அருகில்ப்போய் நின்றாள். குழியின் தலைமாட்டில் வைத்திருந்த நித்யகல்யாணிச் செடியும் நீள நிழலாய்த் தெரிந்தது.

சட்டென்று கீழே குனிந்து அந்தச் செடியைப் பிடுங்கிவிட்டு, மண் மேட்டைக் கலைத்து பரபரவென குழியைத் தோண்டத் தொடங்கினாள். மணல் குழிதான். எந்தச் சிரமமும் இல்லை. தூரத்தில் கேட்ட குள்ள நரிகளின் ஊளைச் சத்தம் நெருங்கிக் கொண்டிருந்தது.

மூன்றடி ஆழம் தோண்டியதும் ‘வெள்ளைத் துணியால் சுற்றப்பட்ட லட்சுமியின் உடல்’ கைகளுக்குத் தட்டுப்படத் தொடங்கியது. துர்நாற்றம் குபீரென்று மூக்கில் அறைந்தது. குள்ளநரிகளின் ஊளைச்சத்தம் மிக அருகில் கேட்டது. அவைகள் நெருங்கி வருகின்றன. அந்தத் துர்நாற்றம் அவற்றை அழைத்திருக்கலாம்.

திடீரெனத் தூரத்தில் யாரோ இருமும் சத்தம். திடுக்கிட்டுத் திரும்பிப் பார்த்தாள். ஆற்றோரம் வெண்பனிபோல எதுவோ நகர்ந்தது. உடலில் பதட்டம் பற்றிக் கொண்டது. வியர்வை பெருகியது.

துணியை விலக்கி முகத்தைத் திறந்தாள். ''லச்சுமி... வா நம்ம ஊட்டுக்குப் போலாம்...'' என்று லட்சுமியின் தலையைப் பிடித்து மேலே இழுத்தாள். இழுத்த வேகத்தில் தலைமுடி மட்டும் மொத்தமாய்க் கழற்றிக் கொண்டு கையோடு வந்தது. அதை அப்படியேத் தோளில் போட்டுக் கொண்டு, வேக வேகமாக மண்ணைத் தள்ளிக் குழியை மூடினாள்.

தோளில்த் தவழும் லட்சுமியின் தலைமுடியோடு வேகவேகமாக நடந்து வீட்டுக்கு வந்தாள். அதை ஒரு மஞ்சள் கைப்பைக்குள் மறைத்து வைத்துவிட்டு, புறக்கடைக்குப் போய் உடைகளைக் களைந்துவிட்டு நிர்வாணமாகக் குளித்தாள். வேறு துணியை மாற்றிக் கொண்டு, வீட்டுக்குள் வந்து படுத்துக்கொண்டாள்.

யாருக்கும் தெரியாமல் அந்தத் தலைமுடியை வெயிலில் காயவைத்து, அதில் திருநீறு போட்டுப் பதப்படுத்தி வேறொரு பையில் வைத்துக் கொண்டாள். யாரும் இல்லாத போது அந்தத் தலைமுடியை எடுத்து மார்போடு அணைத்துக்கொண்டு அழுதாள்.

ஒரு நாள் மதியம், திடீரென வீட்டுக்கு வந்த மாமா, அதைப் பார்த்துவிட்டார். நடந்ததைத் தெரிந்து கொண்டதும் அவர்உடல் பதறிவிட்டது. அதை அவளிடமிருந்து பிடுங்கிக் கொண்டுபோய் மீண்டும் அதே குழியில் புதைத்துவிட்டு வந்தார்.

ஒருத்தாயாக அத்தையின் வலியைப் புரிந்து கொண்டாலும்... இவன் அம்மாவால் அதையெல்லாம் ஏற்றுக் கொள்ளவே முடியவில்லை.

கிரீன் சர்க்கிள் மேம்பாலத்திற்கு முன்னதாக, வேலூர் புதிய பேருந்து நிலையத்திற்குள் நுழையாமலே குலுங்கிக்கொண்டு நின்றது பேருந்து.

பாவனாவோடு வேகமாய்க் கீழே இறங்கினான் வெங்கடேசன். வேலூர் வெய்யிலும், அனல் காற்றும் முகத்தில் அறைந்தன. சற்று தூரம் முன்னால் நடந்து, பேருந்து நிலையத்திற்குள் நுழைந்து, ஏற்கனவே நிரம்பியிருந்த சோளிங்கர் பேருந்தில் ஏறி நின்றுகொண்டனர் இருவரும். அங்கிருந்து ஒரு மணி நேரப் பயணம்.

கைப்பேசியில் அம்மாவிடம் பேசினான். அவர்கள் எல்லோரும் அத்தை வீட்டில் இருப்பதாகச் சொன்னாள். அத்தையின் பேத்திகள் எல்லோருமே வந்துவிட்டதாகவும் சொன்னாள்.

சந்திரனுக்கு வரிசையாக ஐந்தும் பெண்களாகவே பிறந்தன. ஆண் வாரிசுக்காகப் பெண் குழந்தையைக் கொன்றதால், பெண்களாகவேப் பிறப்பதாக ஊரார் பேசிக் கொண்டனர்.

அந்த ஐந்து பேத்திகளில் ஒன்று கூட, "இறந்து போன லட்சுமியைப் போல இல்லையே" என அத்தை ஏங்கினாள். பேத்திகளில் ஒருத்தியையாவது வெங்கடேசனுக்குக் கட்டி வைத்துவிட வேண்டும் என அவள் ஆசைப்பட்டாள். அதுவும் நடக்கவில்லை.

கல்லூரிப் படிப்பு முடிந்து, சென்னையில் சில ஆண்டுகள் தனியார் வேலையிலிருந்தான் வெங்கடேசன். அதற்குப் பிறகு அவனுக்கு மத்திய அரசில் வேலை கிடைத்து, பெங்களூர் வந்து, அங்கேயே 'சொப்னாவை' காதலித்துக் கைப்பிடித்த போது, திருமண மண்டபத்தில் சத்தமின்றி அழுதாள் அத்தை.

திருமணத்துக்குப் பிறகு அத்தை வீட்டுக்குப் போவதற்கே வாய்ப்பில்லாமல் போய்விட்டது. எப்போதாவது ஊர்த் திருவிழாவிற்கு போகிறபோது இவன் கைகளைப் பிடித்துக் கொண்டு கண் கலங்குவாள்.

நடந்ததெல்லாம் தெரிந்த பிறகு.... அத்தையைப் பார்க்கிற போதெல்லாம் இவன் மனசுக்குள் சில்லென்று ஒரு நீருற்று பீறிடும். ‘அவளைத் தன் மார்போடு அணைத்துக் கொண்டு அழ வேண்டும்’ என இவன் மனசு ஏங்கும். ஆனால் கூச்சமாக இருக்கும்.

மாமாவின் மறைவிற்குப் பிறகு, ‘பாவனா’ பிறந்த போது, அவளைப் பார்க்க பெங்களுர் வந்தவள் வாயடைத்து நின்று விட்டாள். அவளது கை விரல்கள் நடுங்கிக் கொண்டிருந்தன. கண்களில் ஒரு வெளிச்சம் படர்வதையும், திரையிடும் கண்ணீர் அதை மறைப்பதையும் இவன் கவனித்தான்.

இறந்துபோன லட்சுமியைப் போலவே ‘பாவனா’ இருப்பதாக, இவன் அம்மா சொன்னபோது, ‘அமாவாசை நாளின் கடற்பரப்பு போல’ இவன் மனதிற்குள் பெரும் அலையடிக்கத் தொடங்கியது.

பேருந்திலிருந்து இறங்கி, பாவனாவுடன் வேகநடையில் அத்தையின் வீட்டை நெருங்கினான். அவன் வேகத்துக்கு பாவனா தடுமாறினாள். அவளுக்கு இப்போது சரியாக ஆறு வயது. வெய்யிலும், புழுக்கமும், பேருந்து நெரிசலும் அவளை சோர்விலாழ்த்தி இருந்தன. வதங்கிய பூச்சரம் போல அவள் முகம் வாடியிருந்தது.

அத்தையின் வீட்டு வாசலிலேயே சிறிய கூட்டம் நின்றிருந்தது. உச்சி வெய்யில் உக்கிரமாயிருந்தது. தென்னை மரங்கள் ஆடாமல் அசையாமல் நின்றிருந்தன. ‘பழைய கூரை வீடு’ இருந்த இடத்தில் ‘புதிய மெத்தை வீடு’ அகலமாய் உட்கார்ந்திருந்தது. அதிகாலை ஆகாயத்தின் அடர் சிவப்பு நிறச் சுவர்கள் அத்தையின் குங்குமத்தை நினைவுபடுத்தின.

பழைய நினைவுகள் எல்லாம் அவனுக்குள் திடீரென முட்டிக் கொண்டு எழ, தடுமாற்றத்துடன் வீட்டுக்குள் நுழைந்தான். அத்தை மரக் கட்டிலில் கிடத்தப்பட்டிருந்தாள். தலை மொட்டையடிக்கப் பட்டிருந்தது.

சுற்றியிருந்தவர்கள் விலக, நெருங்கிப் போய் உற்றுப் பார்த்தான். தளதளத்து தளர்ந்த முகத்தில் மாம்பழத்தைப் போன்ற அடர் மஞ்சள் நிறம் கூடியிருந்தது. பார்வை விட்டத்தில் நிலைத்திருக்க, கண்கள் அசைவற்றிருந்தன.

"அக்கா... வெங்டா வந்து கீறாம் பாரு..." என்றார் அப்பா.

எந்த அசைவும் இல்லை. "அத்த..." என்றான் இவன். தண்ணீரில் நனைந்ததைப் போல இவனது குரல் குளிராகவும், நடுக்கமாகவும் இருந்தது. மீண்டும் "அத்த..." என்றான்.

எந்தச் சலனமும் இல்லை.

"நேத்லருந்து இப்டிதாங், உயிரு பிரிய மாட்டன்னு ஊசலாடிகினு கீது... மேல் மூச்சு எட்த்துகிச்சி... ஆனா, எதுக்கோ புடிவாதமா உயிரு போவாம இஸ்துகினு கீது...?" என்றாள் அம்மா.

பேத்திகள் ஆளுக்கொரு மூலையில் நின்று கண்களைத் துடைத்துக் கொண்டிருந்தனர்.

"சித்தி... பாவனா வந்து கீறாப் பாரு..." என பாவனாவை இழுத்து அருகில் நிற்க வைத்தாள் அம்மா.

எல்லோரையும் மலங்க மலங்கப் பார்த்த பாவனா, இவனைத் திரும்பி பயத்தோடு பார்த்தாள்.

‘‘பாட்டினு கூப்டு...’’ என்று பாவனாவிடம் சொன்னாள் அம்மா. அவளும் பயந்து கொண்டே ‘‘பாட்டி...’ என்றாள். நிலைத்த பார்வையில் எந்த அசைவுமில்லை.

‘‘அம்மானு கூப்டு...’’ என்றான் இவன், பாவனாவிடம். எல்லோரும் இவனைத் திரும்பிப் பார்த்தனர். பாவனாவைப் பார்த்துக் கண்களைக் காட்டினான். அவளுக்கு எதுவும் புரியவில்லை. மீண்டும் கண்களைக் காட்டினான்.

‘‘அம்மா...’’ என்றாள் பாவனா.

பனிக்கட்டி உருகி கைகளில் படுவது போன்ற குளிர்ச்சியான குரல். சட்டென அத்தையின் கண்களில் ஒரு அசைவு. பார்வை சுழன்றது. தலை திரும்பியது. பாவனாவைப் பார்த்தது. எல்லோரும் ஆச்சரியத்தோடு அதைப் பார்த்தனர்.

’ஹக்’ என்று ஒரு சத்தம். அத்தையின் உடல் குலுங்கியது. மார்பு அதிர்ந்தது. அடுத்த நொடி, அவள் தலை ஒரு பக்கமாக சாய்ந்தது.

சுடுகாட்டை நோக்கிக் கிளம்ப தேர்ப்பாடை தயாராய் நின்றது. சாங்கியங்கள் முடிந்து உடலைத் தூக்கிப் பாடையில் வைத்தனர். அத்தையின் அந்தப் பழையத் தலையணையையும் இடது கையால் தூக்கி வந்து பாடையில் வைத்தார் டோபி. பாடை எழும்பி மெதுவாய் நகரத் தொடங்கியது.

இடுகாட்டில், எல்லாச் சம்பிரதாயங்களும் முடிந்து... பாடையிலிருந்த ‘பிணம்’ இறக்கி குழிக்குள் வைக்கப்பட்டது. பாடையைப் புரட்டி குழியின் அடுத்தப் பக்கம் தள்ள வெட்டியான் தயாரானான்.

"இர்ரா.... உயிரோட இர்ந்த வரைக்கும் அந்த தலகாணில யாரயுமே கை வைக்க உடல எங்கம்மா... அதுல அப்டி இன்னாதாங் கீதுனே தெர்ல... ஒரு வேள பணம் சேத்து வெச்சிருக்கும்னு நெனைக்கிறேங்... அதக் கிழிடா பாக்கலாம்..." என்றார் சின்ன மாமா.

அவர் அப்படிச் சொன்னதும் எல்லோருமே ஆச்சரியத்தோடு அந்தத் தலையணையைப் பார்த்தனர். எண்ணெய்ப் பிசுபிசுப்பில் அழுக்கேறியிருந்த அதை எடுத்து குழிக்கு அருகிலேயே கீழே வைத்தான் வெட்டியான். அதன் குறுக்கில் கவனமாகக் கத்தியால் கீறினான். எல்லோரின் கண்களும் ஆர்வ குறுகுறுப்போடு பார்த்துக் கொண்டிருந்தன.

அந்த நீல நிறத் தலையணை இரண்டாய்ப் பிளந்துகொள்ள.... எதிர்பார்த்தபடியே அதன் உள்ளே சில நூறு ரூபாய் நோட்டுக் கட்டுகள் மடித்தவாக்கில் இருந்தன. அதன் அடியில் ஒரு மஞ்சள் நிறத் துணிப்பையும் இருந்தது. மெத்மெத்தென்ற அதையும் எடுத்துப் பிரித்தான் வெட்டியான்.

அடுத்த நொடி, எல்லோரின் கண்களிலும் திகைப்பு! அதிர்ச்சி! அதன் உள்ளே கருகருவென்ற நீளமான தலை முடி.. அது 'லட்சுமியின் தலை முடி'.

ஒற்றன்

அமாவாசை கும்மிருட்டு. ''யாரோ ஒரு அசுரன், பூமி உருண்டையைத் தூக்கி தார் டிரம்மில் முக்கி வைத்ததைப் போல'' சுற்றியுள்ள எல்லாமே அட்டக் கருப்பாகத் தெரிந்தன.

வருவாய் ஆய்வாளர் சிதம்பரம், ஒரு வேட்டை நாயைப் போல காதுகளைக் கூர்மையாக்கியபடி.... ஆவாரம் புதருக்குள் பதுங்கிக் கொண்டார்.

''சிதம்பரம்... உங்க பிர்க்காவுல மணல் வண்டிங்க நெறைய்ய ஓடுதுன்னு கம்பளைண்ட் வந்துட்டே இருக்கு.... லாரி டிராக்டர் டிப்பர்னு எதயுமே புடிக்க மாட்டன்றீங்க.... கேவலம் மாட்டு வண்டி கூடவா மாட்டல....? ஒடனே மொத்த வண்டிங்களயும் சீஸ் பண்ணுங்க... இல்லனா மெமோ தாங்...''

உயர் அதிகாரி திட்டியது, 'ஒரு ரிங்டோனைப்' போல, அவர் காதுகளில் ஒலித்துக்கொண்டே இருந்தது.

‘‘பத்து மாட்டு வண்டிங்க ஆத்துல கீது... ஒட்னே வந்தீங்கனா கோயி அமுக்ற மாரி அமுக்கிட்லாம்...’’

கடந்த வாரம் ஒரு நாள் நள்ளிரவு பனிரெண்டே காலுக்கு அவரது கைப்பேசியில் ‘ஒரு இன்பார்மர்’ தகவல் சொன்னான்.

ஆன்லைனில் குவிந்திருந்த வருமானச் சான்று, சாதிச் சான்று, இருப்பிடச் சான்று விண்ணப்பங்களைச் சரிபார்த்து, அவற்றை துணை வட்டாட்சியருக்குப் பரிந்துரை செய்துவிட்டு, அப்போதுதான் படுத்த சிதம்பரத்துக்கு கண்கள் திகுதிகுவென எரிந்தன.

இருந்தாலும் சட்டென எழுந்து நீளமான டார்ச்சோடு மனைவியிடம் சொல்லிவிட்டு ஸ்கூட்டரைக் கிளப்பினார். வண்டியை ஓட்டிக்கொண்டே இரண்டு சிப்பந்திகளுக்கு போன் அடித்து, உடனே கிளம்பி ஆற்றுக்கு வரச் சொன்னார்.

அவருடைய வீட்டிலிருந்து எட்டு மைல் தூரத்தில் இருக்கிற ஆற்றை நோக்கி ‘எண்பதில் பறந்தது’, அவரது வண்டி. ஆற்றின் தெற்குக் கால்வாய்க் கரை ஓரம் ஒரு புதர் மறைவில் வண்டியை நிறுத்திவிட்டு, மேடும் பள்ளமுமாய் இருந்த ஆற்றின் இறக்கத்தில் டார்ச் அடிக்காமல் தடுமாறியபடி அவர் இறங்கும் போது.... சிப்பந்திகள் இருவரும் ஆற்றிலிருந்து வெளியே வந்து கொண்டிருந்தனர்.

‘‘சார் வண்டிங்க எதுவும் ஆத்ல இல்லியே சார்...’’ சிப்பந்தி ரவி அவரிடம் சொன்னான். அவன் புதிதாக வேலைக்குச் சேர்ந்தவன்.

‘‘ஓணும்னே நம்ள அலைய உட, போன் பண்ணியிருப்பாங்க சார்...’’ என்றார் இன்னொரு சிப்பந்தி பிரகாசம். அவர் வயதானவர். அனுபவமும் அதிகம்.

ஏமாற்றத்தில் மனம் சலிப்படைந்தது சிதம்பரத்திற்கு. லேசாக தலை வலித்தது. நல்ல தூக்கத்தில் எழுப்பி பொய்த் தகவல் சொல்லி அலையவிட்ட அந்த 'இன்பார்மர்' மீது கோபம் கோபமாக வந்தது.

இருப்பினும் ஆற்றின் முன்புறம் பரந்திருந்த கொடுக்காப்புளி தோப்பில் நுழைந்தார். சவுடு மணலும் மண்ணும் கலந்த பாதையில் கால்கள் புதையப் புதைய முன்னோக்கி நடந்தார். சிப்பந்திகள் பின் தொடர்ந்தனர். மரங்களுக்கிடையில் அழுக்கு வேட்டியைப் போல மங்கலாகப் படுத்திருந்த பாதையைக் கூர்ந்து பார்த்தார்.

இருட்டு கண்களுக்குப் பழக... மாட்டு வண்டிச் சக்கரங்களின் டயர் தடங்கள் மண்ணில் பட்டை பட்டையாகத் தெரிந்தன.

"நெறய்ய டயர் மார்க் இருக்கு... உள்ள வண்டியே இல்லன்றீங்க....?" சிப்பந்திகளிடம் கோபமாக கேட்டார்.

"அது நேத்து ராத்திரி போனதா இருக்கும் சார்..." என்றான் இளைய சிப்பந்தி.

சிதம்பரத்துக்கு மேலும் கோபமானது. நேற்றைய தடம் மண்ணில் அப்படியே இருக்காது. பகலில் ஆற்றுக்குள் மேய்ச்சலுக்குப் போகும் ஆடு, மாடுகளின் குளம்புத் தடங்களில் அது அழிந்திருக்கும்.

மேலும் சற்று தூரம் நடந்ததும் கருப்பாய்... நெளி நெளியாய்... மாடுகள் மூத்திரம் பெய்திருப்பது தெரிந்தது. குனிந்து இடது கையால் அந்த மண்ணைத் தொட்டுப் பார்த்தார். விரலில் ஈரம் பிசுபிசுத்தது.

"இப்பதாங் மாடு மூத்தரம் பேஞ்சிருக்கு... வண்டிங்க உள்ளதாங் இருக்கணும்..." என்றார்.

கவிப்பித்தன்

மேலும் சிறிது தூரம் நடந்தார். நான்கைந்து இடங்களில் மாட்டுச் சாணி விழுந்து சிதறியிருந்தது. அதையும் தொட்டுப் பார்த்தார். ஈரச்சாணி தான். ஒரு மணி நேரத்துக்கு முன்னால்தான் போட்டிருக்க வேண்டும். நேற்றைய சாணி என்றால் உலர்ந்திருக்கும்.

வளைந்து வளைந்து போன பாதையில் வேகமாக முன்னோக்கி நடந்தார். பெரிய பெரிய ராட்சதர்களைப் போல இருட்டின் நிறத்திலேயே நின்றிருந்த கொடுக்காப்புளி, கருவேல மரங்களைக் கடந்து ஆற்றில் இறங்கினார். நாணல் புதர்களுடன் அமைதியாய் பரந்து கிடந்தது ஆறு. ஆற்றின் பரப்பெங்கும் மணல் எடுத்த பல பள்ளங்கள் வெறுமையாய்ச் சிரித்தன. ஒரு வண்டி கூட ஆற்றில் இல்லை. ஆச்சரியமாக இருந்தது.

சிப்பந்திகளை திருப்பி அனுப்பி விட்டு, ஒரு நாணல் புதரின் ஓரமாகப் போய்நின்று, இன்பார்மருக்குப் போன் போட்டார்.

''சார்... நீங்க வர்ரத வண்டிக்காரங்களுக்கு யாரோ போன் போட்டு சொல்ட்டு கீறாங்க சார்... நீங்க ஆத்ல காலு வைக்கறதுக்கு பத்து நிமிசத்துக்கு முன்னாலதாங் எல்லா வண்டிங்களும் மணல கீய தள்ட்டு காலியா வெளிய போய்ட்ச்சி... சுடுகாட்டுப் பக்கம் போய்ப் பாருங்க...'' நிதானமாகச் சொன்னான் அவன்.

''சுடுகாட்டுப்பக்கமா?'' என அலறியது அவர் மனம். ஆற்றின் உள் பக்கத்திலிருந்து மணல் ஏற்றிவர நேரம் ஆகும் என்பதால் சில நேரங்களில் கரை ஓரத்தில் உள்ள சுடுகாட்டில் இறங்கி விடுவார்கள். பிணம் புதைக்கப்பட்ட இடங்கள் மணல் எடுக்க சுலபமாகவும் இருக்கும். அவசரத்தில் குழிக்குள் இருக்கும் எலும்புக் கூடுகளையும் வாரி மேலே போட்டுவிடுவார்கள்.

ஒருமுறை... புதைக்கப்பட்ட மறு வாரமே ஒரு பிணத்தைத் தூக்கி வெளியே போட்டுவிட்டனர். நாய்கள் அதை ஆறெல்லாம் இழுத்துக் கொண்டு திரிந்தன. அதை ஊர்க்காரர்கள் பார்த்துவிட, ‘போராட்டம், சாலைமறியல்’ என பெரிய கலவரமாகிவிட்டது.

அதை நினைத்ததும் அவருக்கு நெற்றியில் குபீரென வியர்த்துவிட்டது. ‘தூக்கிட்டுச் செத்துப்போன ஒரு பெண்ணை’ நான்கு நாள்களுக்கு முன்னர்தான் அங்கே புதைத்திருந்தனர். அதைக் கிளறிப் போட்டுவிட்டால்...?

பதைபதைப்போடு இடது புறப் பாதையில் திரும்பி சுடுகாட்டுக்குள் நுழைந்தார். சிதிலமடைந்த சமாதிகளும், சிதைந்த பிணக்குழிகளும், உடைந்த பானை ஓடுகளுமாய் பயமுறுத்தும் அமைதியில் கிடந்தது சுடுகாடு. நல்ல வேளை... மேடிட்ட புதிய பிணக்குழி உலர்ந்த மாலைகளுடன் எவ்வித சிதைவுமின்றி முழுதாய்க் கிடந்தது.

உள்புறம் நடந்து மர நிழல்களை உற்றுப் பார்த்தார். ஒதுக்குப் புறமாக ஆறேழு இடங்களில் மணல் குவியல்கள் இருந்தன. சற்று முன்னர் வண்டிகளில் இருந்து அவசரமாகத் தள்ளப்பட்ட ஈர மணல்கள்.

வண்டிக்காரர்களுக்கு யார் தகவல் சொல்லி இருப்பார்கள்...? அவர் வருவது சிப்பந்திகளுக்கு மட்டும்தான் தெரியும். அவர்கள் சொல்லியிருப்பார்களோ...? சே... சே....!

‘கைக்கெட்டியது வாய்க்கெட்டவில்லையே’ என்ற ஆத்திரத்தோடும் குழப்பத்தோடும் வெறுமனே அன்று வீட்டுக்குத் திரும்பினார்.

இன்று நள்ளிரவிலும் ஐந்து மாட்டு வண்டிகள் ஊருக்குள்ளிருந்து ஆற்றுக்குக் கிளம்பத் தயராக இருப்பதாக அந்த இன்பார்மர்தான் தகவல் சொன்னான். அவனை நம்பி அமாவாசை இருட்டில் ஆற்றுக்குக்

கிளம்ப அவருக்கு மனசே வரவில்லை. அதிகாரியின் அர்ச்சனைகள் காதுக்குள் மீண்டும் ரீங்காரமிட.... பேண்ட் போடாமல் லுங்கியும், டீசர்ட்டும், தலையில் தலைப் பாகையுமாய் ஒரு விவசாயியைப் போல தனியாகவே கிளம்பினார். சிப்பந்திகளுக்குக் கூட தகவல் சொல்லவில்லை.

வண்டியின் சத்தம் கேட்காமல் இருக்க ஸ்கூட்டரை ஒரு மைல் தூரத்துக்கு முன்னதாகவே நிறுத்திவிட்டார், ஆற்றின் தெற்குக் கால்வாய்க் கரை ஓரமாக இருட்டோடு இருட்டாக நடந்தார். சலசலவென வியர்த்த முகத்தை டவலால் துடைத்தபடி கால்வாய்க் கரையேறி பிரம்மாண்டமாய் செழித்திருந்த அந்த ஆவாரம் புதரில் போய்ப் பதுங்கிக்கொண்டார். இந்த தெற்குக் கால்வாய்ப் பாலத்தில் ஏறித்தான் வண்டிகள் ஆற்றுக்குள் நுழைய வேண்டும்.

அரை மணி நேரம் அசையாமல் உட்கார்ந்து கிடந்தார். சித்தெறும்புகள் கால்களிலும் கைகளிலும் ஏறி பசபசவென ஊர்ந்தன. சில நறுக் நறுக் கென கடித்தன. சுடுகாட்டிலிருந்து நரிகள் ஊளையிடுவது மெலிதாகக் கேட்டது. தூரத்தில் 'மாதா கோயில் மணி' ஒரு முறை மட்டும் அடித்தது.

தலையை உயர்த்தி வானத்தைப் பார்த்தார். மேலே வானம் என்ற ஒன்று இருப்பது போலவே தெரியவில்லை. இப்படி அர்த்த ராத்திரியில் தனியாக வந்தது சரிதானா? என்ற கேள்வி மணல் ஊற்றைப் போல அவருக்குள் சுரக்கத் தொடங்கியது.

வடக்கும் தெற்குமாய்ப் படுத்துக் கிடக்கிற அணையில் கால்வாய், தொடங்கும் மேற்கில், திடீரென ஒரு வெளிச்சப் புள்ளி. மூச்சை அடக்கிக் கொண்டு இருட்டில் நன்றாக பதுங்கிக் கொண்டார். அந்த வெளிச்சப் புள்ளி வளர்ந்து வளர்ந்து முன்னோக்கி வர... டுர்ர்ர்... என்ற

மெலிதான சத்தம். அது ஒரு பழைய ஸ்கூட்டர். வேவு பார்க்கும் பைலட் வண்டி.

சத்தம் மெதுவாக அவரை நெருங்கியது. புதருக்கு மேலாகத் தலையை லேசாக உயர்த்தி எட்டிப் பார்த்தார். ஸ்கூட்டரில் இரண்டு பேர் இருப்பது அடர் கருப்பாய்த் தெரிந்தது. அவரைக் கடந்து ஆற்றில் நுழையும் பாலம் வரை போன ஸ்கூட்டர் விளக்கை அணைத்துவிட்டு அங்கேயே நின்றது. மீண்டும் அமைதி. அடுத்த ஐந்தாவது நிமிடம் கால்வாய்க் கரையோர மண் பாட்டையில் சக்கரங்கள் உருளும் மெல்லிய சத்தம். சிதம்பரத்துக்கு மனசு துள்ளத் தொடங்கியது.

மீண்டும் எட்டிப் பார்த்தார். வரிசையாக ஐந்து மாட்டு வண்டிகள் நிழல் போல ஆற்றை நோக்கி ஊர்ந்து வந்தன. ஒவ்வொரு வண்டியிலும் இரண்டிரண்டு பேர். ஒரே சீரான வேகத்தில் மண்ணை நர நரவென அரைத்தபடி சிதம்பரத்தைக் கடந்தன வண்டிகள்.

"உடனே எழுந்து போய், எல்லா வண்டிகளையும் நிறுத்தி பறிமுதல் செய்து விடலாமா?" என துடித்தது அவர் மனம். அவை ஆற்றுக்குள் போய் மணல் ஏற்றித் திரும்பி வர, ஒரு மணி நேரத்துக்கும் மேலாகும். எதற்காக அதுவரை காத்திருக்க வேண்டும்....?

'கூடாது' என்றது அவர் மனம். ஒரு முறை இப்படித்தான் நடு இரவு. அவரும் சிப்பந்திகளும் வேறு ஒரு புதரில் பதுங்கி இருந்தனர். நடு வானத்தில் முக்கால் நிலவு தகதகவெனக் காய்ந்து கொண்டிருந்தது. ஏழு வண்டிகள் இதே பாதையில் ஆற்றை நோக்கி வந்தன. டார்ச் லைட்டுகளை அடித்து வண்டிகளை மறித்தனர் சிப்பந்திகள்.

வண்டிகளைத் திருப்பி காவல் நிலையத்திற்கு ஓட்டச் சொன்னார் சிதம்பரம். அத்தனை வண்டிக்காரர்களும் பிலுபிலுவென சண்டைக்கு வந்து விட்டனர். ஆற்றின் அடுத்த கரையில் இருக்கும் நகரத்துக்கு

வைக்கோல் லோடு ஏற்றப் போவதாகவும், மணல் இல்லாத காலி வண்டிகளை எப்படி பறிமுதல் செய்ய முடியும்? என்றும் சட்டம் பேசினர்.

''குவாரிகாரங் பட்ட பகல்லயே கோடி கோடியா கொள்ளடிக் கிறாங்.... லாரிக்காரங்க லட்ச லட்சமா சம்பாரிக்கறாங்க... அவுங்கள ஒண்ணும் பண்ண முடில... அர்த்த ராத்திரில வண்ட்டாரு ஆபீசரு... சோத்துக்கில்லாதவங்கள ஏமாத்தி காலி வண்டிய புடிக்க...'' ஒரு வண்டிக்காரன் நக்கலாக சொன்னான்.

சிதம்பரத்துக்கு ஆத்திரமான ஆத்திரம். அவர்கள் திருட்டு மணல் ஓட்டத்தான் ஆற்றுக்குப் போகிறார்கள். அது அவருக்கு அப்பட்டமாகத் தெரியும். ஆனாலும் காலி வண்டியைப் பிடித்தால் ஏகப்பட்ட பஞ்சாயத்து நடக்கும்.

'இன்றும், அப்படி அவசரப் பட வேண்டாம்' என்று எச்சரித்தது அவர் மனம். இரைக்காக சுவரில் படுத்திருக்கும் பல்லியைப் போல காத்திரு. வண்டிகள் மணலோடு திரும்பி வரட்டும். அப்போது அமுக்கினால் 'எந்தக் கொம்பன் வந்தாலும் பார்த்துக் கொள்ளலாம்' என்றது அவர் மனம்.

கைக்கடிகாரத்தில் மணி பார்த்தார். ஒண்ணே முக்கால் மணி. வண்டிகள் ஆற்றுக்குள் போய் கால் மணி நேரம் கடந்து விட்டது. அடுத்த முக்கால் மணி நேரத்தில் கோபுரமாய்க் குவித்த ஈர மணலோடு அவை வரிசையாகத் திரும்பி வரும்.

அப்போது தனியாளாய் ஐந்து வண்டிகளையும் மறித்து நிறுத்த முடியாது. ஒரு வண்டியை மறிப்பதற்குள் மற்றவை எப்படியாவது தப்பித்து ஓடிவிடலாம். தனியாக மாட்டிக் கொள்வது பாதுகாப்பும் இல்லை. நீளமான மணல் செவுளைச் சுழற்றித் தலையில் அடித்து,

சத்தமில்லாமல் தூக்கிப் போய் ஆற்றில் புதைத்துவிட்டுப் போய்விடுவார்கள்.

ஒரு முறை இப்படித்தான் பின்னிரவில் தனியாளாக இரண்டு டிராக்டர்களையும், ஒரு லாரியையும் நடு ஆற்றில் மடக்கி விட்டார். தடத்தின் குறுக்கில் நின்று டார்ச் அடித்ததும் நிறுத்துவதைப் போல மெதுவாக வந்த முதல் டிராக்டர், இவரை நெருங்கியதும் சீறிக் கொண்டு இவர் மீது மோத வர, சட்டென்று எகிறி ஓரமாகக் குதித்தார்.

கண் இமைக்கிற நேரத்தில் அந்த டிராக்டர் அவரைக் கடந்து பறக்க, பின்னால் வந்த டிராக்டரும், லாரியும் அதே வேகத்தில் அவரைக் கடந்து மேட்டில் ஏறி ஓடி மறைந்தன. சுற்றிலும் பல ஆள் உயரத்துக்கு மணல் புழுதிப் பறக்க, அந்தப் புகை மண்டலத்துக்குள் சிக்கிக் கொண்ட சிதம்பரத்துக்கு உடல் நடுங்கியது. பதட்டத்தில் இதயம் 'டமார் டமார்' என அடித்துக்கொண்டது.

அதற்குப் பிறகு ஆற்றுக்கு வந்த சிப்பந்திகளும் இவருக்குதான் புத்தி சொன்னார்கள்.

"சார்.... அதிகாரிங்க வண்டி புடிக்கலனு திட்டுவாங்கதாங்... அதுக்குனு தனியா ஏன் சார் வந்தீங்க....? எதுனா ஆச்சினா நம்பக் குடும்பத்த யார் சார் காப்பாத்துவாங்க....?" என்றார் ஒரு சிப்பந்தி.

அந்தச் சம்பவத்துக்குப் பிறகு லாரி, டிராக்டர்கள் பிடிக்கப் போனால் தனியாகப் போவதில்லை. "ஆனால், இன்று மாட்டு வண்டிகள் தானே?" என்று தனியாக வந்துவிட்டார்.

உள்ளே போன வண்டிகள், இனி திரும்பி வந்துதான் ஆக வேண்டும். எனவே கைப்பேசியை எடுத்து பிரகாசம், சேகர், மணி என மூன்று சிப்பந்திகளுக்கு தகவலைச் சொன்னார். அடுத்த அரை மணி

கவிப்பித்தன்

நேரத்தில் பிரகாசமும், ஐந்து நிமிட இடைவெளியில் மேலும் இரண்டு சிப்பந்திகளும் அவரோடு சேர்ந்து கொண்டனர்.

யாரும் எதுவும் பேசிக்கொள்ளவில்லை. எல்லோரின் கைப்பேசிகளும் சைலன்ட் மோடில் இருந்தன.

பத்து நிமிடங்கள் கழித்து வானத்தில் வெள்ளி முளைப்பதைப் போல பைலட் ஸ்கூட்டரின் வெளிச்சப் புள்ளி தோப்பின் ஓரமாக முளைத்தது. நான்கு பேரும் இருட்டில் ஒருவரை ஒருவர் தோராயமாகப் பார்த்துக் கொண்டனர். தோப்பிலிருந்து வெளியேறி கால்வாய்க் கரையில் ஊர்ந்து, மெதுவாய் மண் பாட்டையில் பயணித்து, இவர்களைக் கடந்து முன்னே போனது பைலட் வண்டி.

அடுத்த பத்தாவது நிமிடம்; 'அழுத்தமாய் டயர் சக்கரங்கள் உருளும் ஓசை. தலையை உயர்த்திப் பார்த்தார்' சிதம்பரம். தூரத்தில் நான்கு நெருப்புத் துண்டுகள் தெரிந்தன. அவை மாடுகளின் கண்கள். ''க்கும்'' என்று மெலிதாகச் செருமினார். நால்வரும் எழுந்து கரை இறங்கி பாட்டை ஓரமிருந்த சிறிய புதரின் பின்னால் நின்று கொண்டனர்.

மாடுகளின் குளம்படிச் சத்தமும், சக்கரங்களில் மண் அரைபடும் ஓசையும் நெருங்கியது.

வரிசையாக வரும் வண்டிகளின் குறுக்கில் திடீரெனப் பாய்ந்து டார்ச் அடித்தால் மாடுகள் அதிர்ந்து போகும். திணறிப்போவார்கள் வண்டிக்காரர்கள். எகிறிக் குதித்துத் தப்பித்து ஓடுகிற அவகாசம் கூட அவர்களுக்குத் தரக்கூடாது. அவர்களின் கெஞ்சல், கூப்பாடு, அழுகை, அதட்டல், திட்டு, சாபம் எதையும் காதில் வாங்கிக் கொள்ளாமல் அதட்டி ஓட்டினால்; விடிவதற்குள் எல்லா வண்டிகளையும் காவல் நிலையத்துக்குக் கொண்டு போய்ச் சேர்த்துவிடலாம்.

தலையை உயர்த்திப் பார்த்தார். முதல் வண்டி அவர்களுக்கு முப்பதடி தூரத்தில் வந்துகொண்டிருந்தது. அடுத்த வண்டி சில அடிகள் பின்னால் வந்தது. சிதம்பரம் கை காட்ட... சட்டென்று புதர் மறைவிலிருந்து எழுந்த சிப்பந்திகள் பாட்டையில் குதித்தனர். நான்கு பேரின் டார்ச்சுளும் ஒரே நேத்தில் வெளிச்சத்தைப் பாய்ச்ச, மாடுகள் மிரண்டன. வண்டிக்காரர்கள் அவசரமாக மூக்கணாங் கயிற்றை இழுத்துப் பிடித்தனர்.

டார்ச் வெளிச்சத்தை வண்டிகளின் பின் பக்கம் அடித்தார் சிதம்பரம். மொத்தமே இரண்டு வண்டிகள்தான் இருந்தன. மற்ற மூன்று...? ஒரு இடைவெளி விட்டு பின்னால் வரலாம். ஒன்றாக வந்தால் மொத்தமாக மாட்டிக் கொள்ளாமல் தப்பிப்பதற்கான சூட்சுமம் இது. முன்னால் போன வண்டிகள் மாட்டிக் கொண்டால், பைலட் பார்ப்பவர்கள் கைப்பேசியில் தகவல் சொல்ல... பின்னால் இருப்பவர்கள் சுதாரித்துக் கொள்வார்கள்.

மாட்டிக்கொண்ட இரண்டு வண்டிக்காரர்களும் சட்டென கீழே குதித்து, சிதம்பரத்தின் முன்னால் கைகளைக் குவித்தபடி கெஞ்சத் தொடங்கினர். உடம்பில் வெறும் டவுசர் மட்டுமே போட்டிருந்தனர். தலையில் தலைப்பாகை.

"சார்....சார்... பசங்களுக்கு இஸ்கூல் பீஸ் கட்ணும் சார்... பஸ்ட்டு பஸ்ட்இன்னிக்கி தாங் சார் வந்தங்..." கரிக் கட்டையைப் போல இருந்த முதல் வண்டிக்காரன் குழைந்தான்.

"எதுவும் பேசக்கூடாது.... வண்டிய ஸ்டேசனுக்கு ஓட்டுங்க..."

அதட்டிய சிதம்பரம்! அவர்களின் டவுசர் பாக்கட்டுகளில் கையை விட்டு, பட்டன் கைப்பேசிகளை எடுத்துத் தன் கையில் வைத்துக் கொண்டார். சிம்பந்திகளைப் பார்த்துக் கத்தினார்.

‘‘சேகரு... மணி... நீங்க ரெண்டு பேரும் ஆளுக்கொரு வண்டில ஒக்காந்துட்டுப் போங்க... மத்த வண்டிங்க வரட்டும் நாங்க ஓட்டியார்ரோம்...’’

இரண்டு வண்டிக்காரர்களையும் அதட்டி, மிரட்டி வண்டியில் உட்கார வைத்தனர். சிப்பந்திகளோடு தயக்கமாகக் கிளம்பின வண்டிகள். சிதம்பரமும், பிரகாசமும் மற்ற மூன்று வண்டிகளை எதிர்பார்த்து அங்கேயே நின்றனர்.

பத்து நிமிடங்கள், இருபது நிமிடங்கள் என இருட்டாய்க் கடந்தன. சுற்றிலும் அமைதி. மேலும் கால் மணி நேரம் கடந்தும் மற்ற வண்டிகள் வரவில்லை.

‘‘இன்னா.... வண்டிங்களக் காணம்....? வேற வழியில போய்ட்டாங்களா...?’’ பிரகாசத்திடம் கேட்டார் சிதம்பரம்.

‘‘வேற வயியே இல்ல சார்... இப்டிதாங் வந்தாவணும்...’’

அடுத்த கால் மணி நேரமும் போனது. வண்டிகள் வரவே இல்லை.

‘‘வாப்பா.... ஆத்லயே போயி அமுக்கிட்லாம்...’’ சொல்லிக் கொண்டே சிதம்பரம் வேகமாக முன்னால் நடக்க, அவரை முந்திக் கொண்டு முன்னால் நடந்தார் பிரகாசம்.

மண் பாட்டையைக் கடந்து, தோப்புக்குள் நுழைந்து, மூச்சிரைக்க ஆற்றுக்குள் இறங்கினர். அங்கே அவர்கள் பார்த்த காட்சி அவர்களை அதிர்ச்சியடைய வைத்தது.

மூன்று மாட்டு வண்டிகளும் குவியலாய் ஏற்றப்பட்ட மணலுடன் நுகத்தடிகள் இன்றி சாய்ந்தபடி நின்றிருந்தன. வண்டியில் மாடுகளும் இல்லை, ஆள்களும் இல்லை. சுற்றிலும் பேரமைதி.

''நெவுத்தடிய எட்த்துகினு மாடுங்களயும் ஓட்டிகினு போய்ட்டு கீறாங்க சார்...'' ஆத்திரத்தோடு கத்தினார் பிரகாசம்.

மாடுகளும் நுகத்தடிகளும் இல்லாமல், அந்த நடு நிசியில் வண்டிகளை எப்படிக் கரைக்குக் கொண்டு போக முடியும்? விடியும் வரை அங்கேயே வண்டிகளுக்குக் காவல் இருந்தால் காலையில் டிராக்டாரில் கட்டி இழுத்துப் போகலாம்.

'மண்டை எரிந்தது' சிதம்பரத்துக்கு.

அப்போது அவர் கைப்பேசி ஒளிர்ந்தது. சிப்பந்தி சேகர் அழைத்தான்.

''சார்... இவனுங்க பாதி வய்ல வண்டிய நிற்த்திட்டு தகராறு பண்றானுங்க சார்...'' என்றான்.

''இது ஒரு தலைவலி. வண்டிகளுக்குக் காவலாக பிரகாசத்தை ஆற்றிலேயே நிறுத்திவிட்டு அவர் மட்டும் போகலாம்'' என நினைத்தார். ஆற்றில் தனியாய் இருக்கும்போது சிப்பந்திக்கு ஏதாவது அசம்பாவிதம் நடந்துவிட்டால்...? அதற்கும் அவர் தலைதான் உருளும்.

வண்டிகளைத் திரும்பித் திரும்பிப் பார்த்தபடி இருவருமே கிளம்பினர். தயக்கத்துடனே நடந்து கரைக்கு வந்து தங்களின் ஸ்கூட்டர்களில் ஏறிப் பறந்தனர். பாதி வழியில் வண்டிகளை நிறுத்திவிட்டு, கால்களை நீட்டி சாலை ஓரத்தில் உட்கார்ந்திருந்த வண்டிக்கராா்களைப் பார்த்ததும் அவருக்கு இரத்த அழுத்தம் எகிறியது. ஆத்திரத்துடன் கத்தி, அதட்டி மீண்டும் வண்டிகளை ஓட்ட வைத்தனர்.

அடுத்த ஒரு மணி நேரத்தில் வண்டிகள் காவல் நிலையத்திற்குள் நுழைந்தன. நிலையப் பொறுப்பிலிருந்த ஏட்டுவிடம் வண்டிகளை

ஒப்படைத்து, மகஜர் எழுதிக் கொடுத்தார். உடனடியாக கிளம்பிய நால்வரும் மீண்டும் ஆற்றுக்கு வந்து பார்த்து மேலும் அதிர்ந்து போயினர். அந்த மூன்று மாட்டு வண்டிகளும் மணலுடன் நின்றிருந்த இடம் வெறுமையாக இருந்தது.

அதற்குப் பிறகு தினமும் மூன்று சிப்பந்திகளையும், இரண்டு கிராம நிர்வாக அலுவலர்களையும் இரவு ரோந்துப் பணியில் அமர்த்தினார், அவரும் அவர்களோடு சேர்ந்து பத்து மைல் நீள ஆற்றங்கரை முழுவதும் ரோந்து சுற்றினார். தொடர்ந்து இரவுத் தூக்கம் இல்லாததால், பகலில் வழக்கமான பணிகள் தேங்கின. அதற்காகவே பின்னிரவில் அவர்கள் வீட்டுக்குத் திரும்பி தூங்க வேண்டியதாயிற்று. அப்படி அவர்கள் திரும்பிய பிறகு வண்டிகள் ஓடியதாக மறுநாளில் அந்த இன்பார்மரிடமிருந்து தகவல் வரும். மூளை குழம்பியது அவருக்கு.

அந்த இன்பார்மருக்கு மட்டும் வண்டிகள் ஓடுகிற தகவல் எப்படித் தெரிகிறது...? யார் அவன்...? என்ன வேலை செய்கிறான்...? எல்லா பகலிலும் அவனது கைப்பேசி சுவிட்ச் ஆப் செய்யப்பட்டிருந்தது. 'வண்டிகள் பற்றித் தகவல் கேட்கலாம்' என போன் போட்டால் இரவு நேரங்களிலும் எப்போதாவதுதான் எடுப்பான்.

ஆற்றுக்கு அருகில் அவர்களுக்கு விவசாய நிலம் இருப்பதாகவும், பம்ப்செட்டில் தண்ணீர் பாயவிட தினமும் இரவில் வருவதாகவும், வண்டிகள் ஓடினால் கட்டாயம் தகவல் சொல்வதாகவும் அவனே ஒரு முறை சொன்னான். மீண்டும் அதிகாரிகளிடமிருந்து சிதம்பரத்துக்கு நெருக்கடிகள் வரத் தொடங்கியது. பல முறை ரெய்டுக்குப் போய் வெறுங்கையோடுதான் திரும்பினார்.

அடுத்த பத்தாவது நாள். பவுர்ணமி நெருங்கிக் கொண்டிருந்தது. அன்று சொந்த வேலையாக வெளியூர் செல்வதாகவும், மறுநாள்தான்

திரும்ப முடியும் என்றும் அலுவலகத்திலும், சிப்பந்திகளிடமும் காலையிலேயே தகவல் சொல்லிவிட்டார். ஆனால் அப்படி எந்த வெளியூருக்கும் அவர் போகவில்லை. ஒரு திட்டத்தோடு பகல் முழுவதும் வீட்டிற்குள்ளேயே முடங்கி இருந்தார்.

நடு நிசியில் எழுந்து யாருக்கும் சொல்லாமல் நிதானமாக கிளம்பினார். வழக்கம் போல வண்டியைத் தூரமாக நிறுத்திவிட்டு, ஆற்றின் கரையோரமாகவே நடந்து வேறு ஒரு இடத்தில் போய்ப் பதுங்கிக் கொண்டார். வானத்தில், ‘பாதி நிலா படகு போல’ மிதந்து கொண்டிருந்தது. புதர்களும், மரங்களும் பளிச்செனத் தெரிந்தன.

ஒரு மணி நேரம் காத்திருந்த பிறகு அவரது பொறுமை குலையத் தொடங்கியது. சுற்றிலும் எந்த அசைவுகளும் இல்லை. ‘வெறுத்துப் போய் வீட்டிற்குக் கிளம்பலாம்’ என மணி பார்த்தார். இரண்டே முக்கால். சோர்வாக எழுந்து நின்றார்.

அப்போது ஆற்றின் உட்புறமிருந்து மெலிதான உருமல் சத்தம். உற்றுக் கவனித்தார். அது லாரி இஞ்ஜின் சத்தம். அவரது ரத்த அணுக்கள் பரபரப்பாகின. மீண்டும் புதர் மறைவில் பதுங்கிக் கொண்டார். அந்தச் சத்தம் வேகமாகக் கரையை நெருங்கத் தொடங்கியது. சட்டென்று எழுந்து கரை இறங்கி பாட்டையின் ஓரத்தில்போய் நின்றார்.

பாலத்தில் ஏறி திரும்பிய லாரி, முகப்பு விளக்கை எரிய விடாமல் புழுதியைப் பரப்பிக்கொண்டு வருவது, நிலா வெளிச்சத்தில் பளிச்செனத் தெரிந்தது, பரபரப்பானார். லாரி சற்று தூரத்தில் வரும்போதே சாலையின் குறுக்கில் நின்று, டார்ச்சை உயர்த்தி ஓட்டுநரின் முகத்தில் வெளிச்சத்தைப் பாய்ச்சினார்.

அதிர்ந்து போன ஓட்டுநர் சட்டென பிரேக்கை மிதித்து லாரியை நிறுத்தினான்.

‘‘கீழ எறங்குடா...?’’ டார்ச்சை அசைத்தபடி கத்தினார்.

சில விநாடிகள் தயங்கிவிட்டு, கீழே குதித்து தலை குனிந்து நின்றான். லுங்கியும், கருப்பு நிற டீசர்ட்டுமாய் தடிமனாக இருந்த அவனது முகம் வியர்த்து வழிந்தது. அவனது டீ சர்ட் பாக்கட்டில் துருத்திக் கொண்டிருந்த ஆண்டராய்ட் கைப்பேசியை எடுத்துக் கொண்டார். எதிர்பாராமல் இப்படி, ‘ஒரு லாரி சிக்கியது’ அவருக்குப் பெரும் களிப்பாக இருந்தது.

‘‘வண்டிய ஸ்டேசனுக்கு ஓட்டு...’’

எதுவும் பேசாமல் அவன் வண்டியில் ஏறினான். சிதம்பரமும் மறு பக்கத்தில் வண்டியில் ஏறி உட்காந்து கொண்டார். லாரி தயக்கமாக உறுமிவிட்டுக் கிளம்பியது.

வண்டிகள் ஓடும் போது கட்டாயம் தகவல் சொல்வதாகச் சொன்ன ‘அந்த இன்பார்மர்’ ஏன் இந்தத் தகவலைச் சொல்லவில்லை...?

‘‘உடனே, அதை அவனிடமே கேட்க வேண்டும்’’ என அவர் மனசு துடித்தது. சட்டென்று தன் கைப்பேசியில் அந்த இன்பார்மரின் எண்ணைத் தேடி அமுத்தினார். ரிங் போனது.

அதே நேரம் அவரது இடது கையிலிருந்த லாரி ஓட்டுநரின் கைப்பேசியும் ‘‘கிர்ரக்.... கிர்ரக்....’’ என மின்னியபடி ஒளிரத் தொடங்கியது. எரிச்சலோடு அந்தக் கைப்பேசியைப் பார்த்தார்.

அதிர்ந்து போனார். அதில் ‘‘ஆர். ஐ. சிதம்பரம் காலிங்...’’ என அவரது பெயர் நீல நிற எழுத்துகளில் ஒளிர்ந்தது.

அடப்பாவி, நீயா...? என ஓட்டுநரைப் பார்த்து வாய்விட்டே அலறினார்.

பச்சை நிறக் கனவு

குளித்துவிட்டு இடுப்பில் கட்டிய பச்சை நிறத் துண்டோடு சாப்பிட கீழே உட்கார்ந்தான் மனோகரன். 'மே' மாத காலை வெய்யிலின் உக்கிரம், மேலே சுற்றிக்கொண்டிருந்த மின் விசிறியை ஏளனப்படுத்தியது. மார்பில் முத்து முத்தாய் அரும்பிய வியர்வை அவனது வெண்ணிற பணியனை திட்டுத்திட்டாய் ஈரமாக்கியிருந்தது. மனோகரனின் மனைவி 'சங்கீதா', ஒரு தட்டில் சோற்றைப் போட்டு வந்து அவன் முன்னால் வைத்தாள்.

அப்போது தொலைக்காட்சிப் பெட்டியின் அருகிலிருந்த கைப்பேசி அதிர்ந்து, பின்னர் கூவத்தொடங்கியது. சங்கீதா அதை எடுத்து மனோகரனிடம் நீட்டினாள்.

வேலு. அவனது பெரியம்மா மகன். பக்கத்து ஊரில் வசிக்கிறான். அவனைவிட பத்து வயது இளையவன். மனோகரனின் தம்பி முருகனுக்கு நெருங்கிய சிநேகிதன்.

பட்டனைத் தட்டிவிட்டு காதில் வைத்து ‘‘ஹலோ...’’ என்றான். வேலுவின் குரல் பதட்டமாக இருந்தது.

‘‘இன்னாடா சொல்ற...? .... எப்ப...? அய்யயோ...! ரொம்ப அடியாமா...? ம்... ம்... ம்... செரி... செரி... வா... வா...’’ கைப்பேசியை அணைத்துவிட்டு பதட்டத்துடன் எழுந்து நின்றான். முகத்தில் வியர்த்து வழிந்தது.

குழப்பமாக அவனைப் பார்த்துக் கொண்டிருந்தாள் சங்கீதா.

‘‘முருகன் ஊட்ல இல்லியா....?’’

‘‘காலீல இர்ந்தே நானு பாக்கலியே.... மீனாவக் கேட்டாத் தெரியும்....’’

‘‘மீனா எங்க...?’’

‘‘பின்னால சாமானு கெய்விகினு கீறா.... இன்னாச்சி....?’’

‘‘மீனா... மீனா...’’

பின்புறம் பார்த்து உரக்கக் குரல் கொடுத்தான். குளிர் கால காலைப் பனியில் நனைந்ததைப் போல அவன் குரல் நடுங்கியது.

பின்புறமிருந்து ஈரக்கையை தன் நீல நிற சுடிதாரில் துடைத்தபடி வந்தாள் மீனா.

‘‘அரக்கோணம் பக்கத்துல மில்ட்ரி செலக்சனுக்குப் போறேன்னு வெடிகாத்தாலயே போச்சிணா...’’ என்றாள் மீனா.

பின்தலையில் படீர் என ஒரு அடி விழுந்ததைப் போல தலை சுற்றியது மனோகரனுக்கு. அப்படியே சரிந்து கீழே உட்கார்ந்தான்.

‘‘ன்னாங்க ஆச்சி...?’’ சங்கீதா பதட்டத்துடன் கேட்டாள்.

‘‘செலக்சனுக்குப் போன எட்த்துல ஆக்சிடெண்டாம்....’’

‘‘அய்யயோ....!’’ என ஒரே நேரத்தில் அலறினார்கள் சங்கீதாவும் மீனாவும்.

’’அம்மா எங்க....?’’ என்றான்.

‘‘கேவுரு அறுக்க காத்தாலயே போச்சி...’’ என்றாள் மீனா.

‘‘இந்த குடிகார கபோதி எங்க...?’’ தன் தந்தை சுந்தரேசனைத்தான் அப்படி கேட்டான்.

’’பின்ச்சினு வந்து ரெண்டு நாளுதான ஆவுது.... எங்கனா குட்ச்சிட்டு விய்ந்துகினு இர்ப்பாரு...’’ சங்கீதா சலிப்புடன் சொன்னாள்.

எழுந்து இடுப்பிலிருந்த டவலை உருவி வீசிவிட்டு, சுவற்றில் ஆணியில் தொங்கிக் கொண்டிருந்த நீலநிறப் பேண்ட்டை எடுத்து அவசரமாக மாட்டிக்கொண்டான். பக்கத்திலேயே தொங்கிய இளஞ்சிவப்பு சட்டையையும் போட்டுக்கொண்டான்.

‘‘இப்ப வேலு வருவாங்... நாங்க போயி இன்னானு பாத்துட்டு போனு பண்றம்....’’ அவன் சொல்லிக் கொண்டிருக்கும் போதே வாசலில் வண்டிச் சத்தம் கேட்டது. வேலு தான்.

அவன் முகமும் ‘பால் சப்பப்பட்ட நெற்குறுத்துகளைப் போல’ வெளிறிப் போய் இருந்தது. தலை வாராததால் முடிகள் சிலுப்பிக் கொண்டிருந்தன. குளிக்காததால் எண்ணெய்ப் பிசுக்கு படிந்த பாத்திரம் போல முகமும் கலங்கலாக இருந்தது.

‘‘எப்பிட்ரா நட்ந்துச்சி....? யார்ரா சொன்னது....?’’ என அவனிடம் கேட்டான் மனோகரன்.

‘‘ணா.... யாரோ ஒரு பையங் போனு பண்ணாங்.... போற வைய்ல எல்லாத்தியும் சொல்றங்.... மொதல்ல வண்டில ஒக்கார்ணா...’’

மனோகரனையும் சுமந்து கொண்ட ஹீரோ ஹோண்டா, ‘சர்ரக்’ என சீறிக்கொண்டு கிளம்பியது. ஊரைக் கடந்து ஏரிக்கரையின் மீது வண்டி ஓடத் தொடங்கியது. கரையின் இருபுறமும் செழித்து வளர்ந்திருந்த சீமைக்கருவேல மரங்களில் பிறை வடிவ மஞ்சள், பச்சை நிறக் காய்கள் கொத்துக் கொத்தாய்த் தொங்கிக் கொண்டிருந்தன. கீழே உதிர்ந்திந்த உலர்ந்த மஞ்சள்நிறக் காய்களை சில வெள்ளாடுகள் கடித்து மென்று கொண்டிருந்தன.

‘‘ன்னாடா ஆச்சி...?’’ முன்புறம் வேலுவின் கழுத்தருகே குனிந்தபடி கேட்டான் மனோகரன்.

‘‘பஸ்லருந்து கீய விய்ந்துட்டானாம்.... வேலு முன்புறம்’’ பார்த்துக் கொண்டே சொன்னான். ஏரிக்கரையைக் கடந்து தார்ச் சாலையைத் தொட்டதும் வண்டி வேகமெடுத்தது. கீரைச்சாத்தைக் கடந்து மிளகாய்க் குப்பத்தைப் பின்னுக்குத் தள்ளி மேலும் வேகமெடுத்தது.

சாலையின் இருபுறமும் அவுஞ்சி மரங்களும், நுணா மரங்களும் இலைகளை உதிர்த்துவிட்டு மொட்டை மொட்டையாய் நிற்க, நடுவில் சில புங்க மரங்கள் மட்டும் ஏராளமான வெண்ணிறப் பூக்களைச் சுமந்து பச்சைப் பசேலென அசைந்து கொண்டிருந்ததன. வேலியெல்லாம் காய்ந்து கிடந்த மற்ற மரங்களையும், செடிகளையும் வெறுமனே பார்த்தபடி மனோகரன் பேச்சற்று கிடக்க, வேலு வண்டியை மேலும் முறுக்கினான். சீறிக்கொண்டு வண்டி மேலும் வேகமெடுத்தபோது, ஒரு வேப்ப மரத்திலிருந்து இறங்கி திடீரென சாலையின் குறுக்கில் ஓடி வந்தது ஒரு அணில். வண்டியின் வேகத்துக்குத் திகைத்து சட்டென நடுச் சாலையில் அது அப்படியே நிற்க.... வண்டியின் முன் சக்கரம் சரியாக அதன் தலை மீது ஏற.... ‘சொதக்’ என ஒரு சத்தம்.

‘‘அய்யோ.... த்ஸ்.. த்ஸ்......’’ என்றபடி திரும்பிப் பார்த்தான் வேலு. மனோகரனும் பதைபதைப்புடன் திரும்பிப் பார்த்தான்.

நசுங்கிய தலையில் ரத்தம் கொப்புளிக்க... காற்றுக் குறைந்த பந்தைப்போல இரண்டு முறை மெதுவாகத் துள்ளி.... வால் துடித்து... அடங்கியது அணில்.

‘‘அய்யயோ.... பாத்து மெதுவா போப்பா...’’

அணிலின் தலையிலிருந்து பீய்ச்சியடித்த ரத்தம் மனோகரனைத் துணுக்குற வைத்தது. திடீரென முருகனின் முகம் அவன் கண்களில் ஆடியது. ‘அய்யோ!’ என மீண்டும் வாய்விட்டே அலறினான்.

மனோகரனுக்கும் முருகனுக்கும் பத்து வயது வித்தியாசம். அவர்களின் அப்பா சுந்தரேசன் பட்டாளத்தில் சேர்ந்த புதிதில் பிறந்தவன் மனோகரன். அதன் பிறகு பத்து வருடங்கள் கழித்துப் பிறந்தவன் முருகன். அதற்கு அடுத்த வருடம் பிறந்தவள் மீனா.

இந்த வயது வித்தியாசத்தினால் முருகனும் மீனாவும் மனோகரனிடமிருந்து சற்று விலகியிருந்தாலும், அவர்கள் இருவருக்குமிடையில் மட்டும் ஒட்டுதல் அதிகம். முருகனுக்கு சாப்பாடு போடுவது, அவனது துணிகளைத் துவைத்து, மடித்து வைப்பது எல்லாமே மீனாதான். அவன் எங்கே போனாலும் மீனாவிடம்தான் சொல்வான்.

பட்டதாரியாக இருந்தும் வேறு வழியில்லாமல் சிப்காட்டில் ஒரு தோல் தொழிற்சாலையில் மேற்பார்வையாளராக குப்பைக் கொட்டினான் மனோகரன். அந்த வருமானத்தில்தான் குடும்பத்தை உருட்டிக் கொண்டிருந்தான். அப்பாவின் ஓய்வுதியம் அவர் குடிப்பதற்கே போதவில்லை.

முருகனுக்கு மனோகரனைப் போல படிப்பு ஏறவில்லை. பத்தாம் வகுப்பையே இரண்டு முறை எழுதித்தான் தேறினான். எப்படியாவது, 'பட்டாளத்துக்குப் போய் விடவேண்டும்' என கங்கணம் கட்டிக் கொண்டிருந்தான். சுந்தரேசன் நினைத்திருந்தால் முன்னாள் ராணுவத்தினர் பிரிவில் அவனை சுலபமாக சேர்த்திருக்கலாம். ஆனால், அவருக்கு அதற்கெல்லாம் நேரமே இல்லை. மாதத்தின் முற்பகுதியில் அதீத போதையில் மட்டையாகிக் கிடப்பார். பிற்பகுதியில் குடிப்பதற்காக கடன் வாங்கத் தெருத் தெருவாக அலைந்து கொண்டிருப்பார்.

பட்டாளத்தான் கனவுடனயே வளர்ந்த முருகனை அவர் கண்டு கொள்ளவே இல்லை. ஆனாலும் இராணுவத்துக்கு எங்கே ஆள் எடுத்தாலும் தனது பழுப்புநிறப் ஃபைலோடு முருகன் தனியாகவே ஆஜராகிவிடுவான்.

மனோகரன் நல்ல உயரம். அதற்கேற்ற உடம்பு இல்லாவிட்டாலும் நோஞ்சான் கிடையாது. அவனைத் தான் பட்டாளத்தில் சேர்க்க விரும்பினார் சுந்தரேசன். மனோகரனுக்கோ அதில் விருப்பம் இல்லை. 'தன் பேச்சைக் கேட்கவில்லை' என அவன் மீது அவருக்குக் கோபம். அதனாலேயே வீட்டில் யார் மீதும் அக்கறை இல்லாமல் போனது என்று சொல்லிக் கொண்டார் அவர்.

முருகன், மனோகரனைவிட சற்று உயரம் குறைவு. ஆனால் பாரியான உடம்பு. கரிமலைக் காட்டில் 'தினசரி நடந்தும், ஓடியும், புல்லப்ஸ், சிட்டப்ஸ்' என அவனாகவே உடற்பயிற்சிகள் செய்தும் உடலை கட்டுக் கோப்பாக வைத்திருந்தான்.

கொள்ளாபுரியம்மன் கோயில் ஆலமரத்தின் உச்சிக் கிளையில் நீளமான தாம்புக் கயிற்றைக் கட்டி அதில் சரசரவென ஏறிப் பழகுவான்.

எல்லா உடல் தகுதிகளும் இருந்தும் ஒவ்வொரு ஆளெடுப்பு முகாமிலும் ஏதாவது ஒரு குறையைச் சொல்லி அவனை வெளியே அனுப்பிக் கொண்டிருந்தனர்.

"இப்பல்லாம் பணம் குட்த்தாதான்டா வேல...." என, அவனது நண்பர்கள் சொல்வதை அவன் நம்ப முடியாமல்தான் கேட்டுக் கொள்வான்.

ஒருமுறை மீனம்பாக்கத்தில் நடந்த ஆளெடுப்பு முகாமில் ஓட்டப் போட்டியில் அவன்தான் முதலாவதாக வந்தான். உயரம், எடை சரிபார்ப்பு முடிந்ததும் அவனது சான்றிதழ்களை வாங்கி வைத்துக் கொண்டனர். மதியத்துக்கு மேல் கயிறு ஏறினான். அதிலும் அனாயசமாக ஏறி எல்லோரையும் அசத்தினான்.

மறுநாள் அதிகாலையில் மருத்துவப் பரிசோதனை என்றார்கள். 'அதெல்லாம் ஒப்புக்குத் தான்' என்று அவனுடன் தேர்ச்சி பெற்றவர்கள் பேசிக்கொண்டனர். அன்றிரவு மைதானத்துக்கு எதிரிலிருந்த சாலையோர வெட்டவெளியில் அவர்களுடனே படுத்துக் கொண்டான்.

தலைக்கு பையை வைத்துப் படுத்திருந்தவனுக்கு தூக்கமே வரவில்லை. மனசு பூரிப்பில் விம்மிக்கொண்டிருந்தது. வானத்தில் கும்பல் கும்பலாய் மின்னிக்கொண்டிருந்த நட்சத்திரங்கள் பார்க்கப் பார்க்க அழகாகத் தெரிந்தன. 'மனசு பரவசத்தில் இருக்கிறபோது பார்க்கிற எல்லாமே அழகாய்த் தெரியும்' என்பதை அப்போதுதான் உணர்ந்தான்.

பின்னிரவில் கண்கள் அயர்ந்து அரைத் தூக்கத்தில் கிடந்தபோது... அடர் பச்சை நிறச் சீருடையில், நீளமான துப்பாக்கியை ஏந்தியபடி காஸ்மீர் எல்லையில் ஓடுவதைப் போலவும், எதிரிகளை படபடவென

சுட்டுத்தள்ளுவது போலவும் அவனுக்குக் கனவு வந்தது. அந்த ‘‘பச்சை நிறக் கனவு’’ அவனை மேலும் மேலும் பரவசப்படுத்தியது.

மறு நாள் துணிகளைக் கழற்றி அக்குளில் வைத்துக் கொண்டு, ஜட்டியுடன் மருத்துவப் பரிசோதனைக்காக வரிசையில் நகர்ந்த போது கூச்சமாக இருந்தாலும்... பஞ்சு மேகங்களின் மீது மிதந்து மிதந்து நகர்வதைப்போல இருந்தது.

நீளமான கருமை நிற ஸ்டெத் மாட்டிய நடுத்தர வயதுள்ள இராணுவ மருத்துவர், மூடிய அறைக்குள் ‘‘அவனது ரத்த அழுத்தம், இதயத்துடிப்பு, மூச்சு ஓட்டம், கண்கள், நாக்கு, வாயின் உட்புறம்’’ என நிதானமாய் சோதித்தார். இறுதியில் ஜட்டியைக் கழற்றச் சொன்னபோது மனசு திக்கென்றாலும் கழற்றினான். அவனது தொடைகளுக்கிடையிலும், அவனது பிறப்புறுப்பையும் அவர் மிக நிதானமாக சோதித்தபோது கூச்சத்தில் நெளிந்தான்.

‘‘எவ்ரிதிங் ஓக்கே.... எக்ஸ் சர்வீஸ்மேன் கோட்டாதான...? நாளைக்கி காலைல உங்கப்பா சர்வீஸ் புக்கோட அவரையும் கூட்டுகிட்டு வந்து இன்சார்ஜ் ஆபிசரப் பாரு...’’ தமிழிலேயே அவர் சொன்னபோது வானத்தில் பறப்பதைப் போல இருந்தது அவனுக்கு.

வீட்டுக்குத் திரும்பி வந்து இதையெல்லாம் அவன் சொன்னபோது நட்சத்திரங்களின் மினுமினுப்பு அவன் கண்களில் ஒளிர்ந்தது.

அப்போதும் அவன் அப்பா சுந்தரேசன், ‘மாப்பிள்ளை முறுக்கில்’ இருந்தார்.

‘‘கடசீல எங்கால்ல வந்து விய்னும்னு எய்தி கீறாம் பார்ரா ஈசன்... இப்பக்கூட நானு நென்ச்சாதாண்டா அவம் பட்டாளத்தாங்....’’ என சக குடி மகன்களிடம் சுந்தரேசன் கெக்கலித்தார்.

அது முருகனின் காதுகளுக்கு வந்தபோது அவன் கோபத்தில் எகிறினான்.

''நமுக்கு காரியம் ஆவணும்டா.... இப்பப் போயி அந்த குடிகாரங்கிட்ட மொர்ச்சிகினு நின்னா நஸ்டம் நமுக்குதாங் நைனா....'' அவனை சமாதானப்படுத்தினாள் அவன் அம்மா.

உடுக்கை அடித்து, பம்பை அடித்து, பாடிப் பாடி வர்ணித்து குல தெய்வத்தை வரவழைப்பதைப் போல... மொத்தக் குடும்பமும் சேர்ந்து காலில் விழாத குறையாக வேண்டிய பிறகு... வேண்டா வெறுப்பாக... முருகனுடன் சென்னைக்குப் போக ஒத்துக் கொண்டார் சுந்தரேசன். அதற்குள் மூன்று நாள்கள் ஓடிவிட்டன.

நான்காவது நாள் காலையில் அவர்கள் கிளம்பியபோது... தெருவின் குறுக்காக ஒரு சாம்பல் நிறப் பூனை குதித்து ஓடியது. அவ்வளவு தான். அதிருப்தியோடு தலையாட்டிக்கொண்டு வீட்டுக்குத் திரும்பிவிட்டார் சுந்தரேசன். மறுநாள் தெருவைக் கடந்து மண் பாட்டையில் இறங்கிபோது ஒரு கிழவி காய்ந்த விறகுக் கட்டோடு எதிரே வந்துவிட்டாள். அதுவும் 'நல்ல சகுனம் இல்லை' என சொல்லிவிட்டு டாஸ்மாக் கடைப்பக்கம் போய்விட்டார்.

ஆத்திரமான ஆத்திரத்தில் கொதித்தான் முருகன். காய்ந்து முறுக்கேறும் சாரைக் கயிற்றை தண்ணீர் தெளித்து தெளித்து மேஸ்திரிகள் பதமாக வைப்பதைப் போல... அவனை மேலும் முறுக்கேறாமல் பார்த்துக் கொண்டிருந்தாள் அம்மா.

ஒரு வழியாக ஆறாவது நாள் கிளம்பி அவர்கள் மீனம்பாக்கம் போய்ச்சேர்ந்தபோது எல்லாமே கை மீறிவிட்டது. அந்த அதிகாரிக்கு திடீர் மாறுதல் வந்து வடக்கே போய்விட்டார் என்றார்கள்.

'ஆளெடுப்பும் முடிந்து விட்டது' என அவர்கள் சொன்னபோது உச்சந்தலை முதல் உள்ளங்கால் வரை கொதித்தது முருகனுக்கு.

"யாராரு தலைல இன்னான்னா எய்தி கீதோ அதாண்டா நடக்கும்.... உனுக்குப் பட்டாளத்துக்குப் போவ ரொணம் இல்லடா...."

சாதாரணமாகச் சொல்லிவிட்டு அங்கேயே பிராந்திக் கடையைத் தேடினார் சுந்தரேசன். அந்த நொடியில் எண்ணெய்ச் சட்டியில் நுரைத்து நுரைத்துப் பொங்கியெழும் முருக்கைப் போல.... அவன் மனம் கொதித்துக் கொதித்துப் பொங்கியது.

"நானே எஞ்சொந்தக் கால்ல நின்னு பட்டாளத்துல சேர்ந்து காமிக்கிறங்.... உஞ்சர்ட்டிபிகேட்டும் வாணா... ஒரு புண்ணாக்கும் வாணா...."

அவர் முகத்துக்கு எதிராக கையை நீட்டி ஆத்திரத்தோடு சொன்னான்.

அன்றிலிருந்து அவருடன் பேசுவதையே நிறுத்திவிட்டான். காலையும் மாலையும் மீண்டும் தீவிரமாகப் பயிற்சிகள் செய்தான். மணிக்கணக்காய் நடப்பான், ஓடுவான். எந்த ஊரில் பட்டாளத்துக்கு ஆளெடுத்தாலும் முதல் ஆளாகப் போய் நிற்பான்.

நடந்தும் ஓடியும் அவன் கால்கள் வேம்பின் அடிமரத்தைப் போல உருண்டு, திரண்டு இறுகிக் கிடக்கும். அவன் சாதாரணமாக நடக்கும் போதே "தண்... தண்..." என தரை அதிரும்.

பீமனின் கதாயுதம் போல திரண்டு நிற்கும் அவன் கால் அழகிற்காகவே சில பெண்கள் அவன் மீது மையல் கொண்டிருந்தனர். ஆனால் 'காதல், கல்யாணம் எதுவானாலும் பட்டாளத்துக்குப் போன பிறகுதான்' எனப் பிடிவாதமாக இருந்தான். அதனாலேயே "மில்ட்ரி"

என்றே அவனை ஊரார் அழைக்கத் தொடங்கினர். அவனும் அதை ரசித்தான். அப்போதெல்லாம் சுடர்விட்டுப் பீறிடும் மத்தாப்பைப் போல அந்தப் 'பச்சை நிறக் கனவு' அவனுக்குள் பீறிட்டு எழும்.

ஒவ்வொரு முறையும் உள்ளுக்குள் பளிச்சிடும் 'அந்தப் பச்சைநிறக் கனவோடு' ஆளெடுப்புக்குப் போய்... முகம் சிறுத்துத் திரும்பும் போதெல்லாம் அவன் தங்கை மீனாதான் அவனுக்குப் பெரும் ஆறுதலாக இருந்தாள்.

''ணா... பேப்பர்ல நியூசப் பார்த்துட்டு நூத்தியிருவது வேகண்டுக்கு நாலாயிரம் பேருக்கு மேல வண்ட்டாங்களாம். கூட்டத்த சமாளிக்க முடியாம ஆளெடுக்கறதயே நிறத்திட்டாங்களாம்... ஒரே நேர்த்ல அவ்ளோ பேரும் திரும்பிப் போவ பஸ் இல்ல. வந்த ஒண்ணு ரெண்டு பஸ்ல மொத்தப் பேரும் கூட்டம் கூட்டமா ஏறிகீறாங்க...'' வண்டியை ஓட்டிக்கொண்டே வேலு சொன்னான்.

''கூட்டம் ஜாஸ்தியா இர்ந்தா நின்னு அட்த்த பஸ்ல வந்து கீலாமே...''

''த்ஸ்... கீய வியந்ததுமே பின் சக்கர்த்துல மாட்டிகினு கீறாங்...''

''அய்யோ...! அப்டினா அடி நெறைய்ய பட்டிருக்குமே...!''

''இர்க்காதுணா... போயிப்பாக்கலாம்... கடவுளு கீறாரு...''

வளைந்தும் நெளிந்தும் நீளமாகப் படுத்துக் கிடந்தது கருத்த நெடுஞ்சாலை. எதிரில் வந்த வித விதமான வாகனங்களைக் கடந்து புதூர்மேடு, மூங்கிலேரி, எரும்பி, சோளிங்கர், கரிக்கல், பாராஞ்சி, கூடலூர் என ஊர்களைப் பின்னுக்குத் தள்ளி... அரக்கோணம் புதிய மேம்பாலத்தில் அவர்களின் வண்டி ஏறி இறங்கியபோது, பரபரப்பான அந்த நகரம் அவர்களின் கண்களை மிரட்டியது. சந்து சந்தாய் திரும்பும்

வாகனங்களைக் கடந்து, பெட்ரோல் பங்க் முக்கில் இருந்த ஆட்டோ நிறுத்தத்தில் நின்று விசாரித்தனர்.

''அந்த பஸ் ஆக்சிடெண்ட் கேசா...? அய்யோ...! ரொம்ப கோராமாபா....! கண்களை அழுத்தமாக மூடித் திறந்தார்'' அந்த மாநிறமான ஆட்டோ ஓட்டுநர். அதைக் கேட்டதும் மத்தில் கடைபடும் தயிராய் அவர்களின் மனசு மேலும் குழையத் தொடங்கியது. அவர் சொன்ன வழியில் மனது தடதடக்கப் போய் அந்த மருத்துவமனைக்குள் பயத்துடன் நுழைந்தனர்.

''இப்பதாங் மெட்ராஸ் ஜிஎச்சுக்கு அனுப்பி வெச்சோம்....'' என்றாள் வயது முதிர்ந்த அந்த உயரமான செவிலியர். அவள் கண்களில் படர்ந்த அனுதாபம் அவர்களை மேலும் நிலைகுலைய வைத்தது.

வண்டியை ரயில் நிலைய பார்க்கிங்கில் நிறுத்திவிட்டு, மின்சார ரயிலில் ஏறி உட்கார்ந்தவர்களின் மனம் வாழைத் தண்டைப்போல வழவழத்துக் கொண்டிருந்தது. ரயிலின் 'தடக் தடக்' சத்தமும், வியாபாரிகளின் கூச்சலும் அவர்களுக்குள் மேலும் திகிலூட்டின.

போராட்டமாய் நீண்ட இரண்டு மணி நேரப் பயணத்திற்குப் பின்னர் சென்ட்ரலில் இறங்கி, சுரங்கப்பாதை வழியாக அந்த பிரம்மாண்டமான மருத்துவமனைக்குள் அவர்கள் நுழைந்தனர். கசகசத்த நோயாளிகளையும், முகமெல்லாம் கவலைகளை பூசிக்கொண்ட உறவினர்களையும் அவஸ்த்தைகளோடு கடந்து... அவசரச் சிகிச்சைப் பிரிவுக்குள் அவர்கள் நுழைந்தபோது பிற்பகல் கடந்து கொண்டிருந்தது.

காற்றில் மிதந்த பார்மலின் வாசனையும், பச்சை ரத்தக் கவுச்சியும் அவர்களின் குடலைப் புரட்டின. கைகளிலும், கால்களிலும்,

உடம்பிலும் வெள்ளைக் கட்டுகள் போடப்பட்ட நோயாளிகள் விதம் விதமான கோலங்களில் படுக்கைகளில் நெளிந்து கொண்டிருந்தனர். சிலர் கதறிக்கொண்டிருந்தனர். செவிலியர்கள் குறுக்கும் நெடுக்குமாய் நடந்து கொண்டிருக்க, கண்களில் நிரந்தரமான பீதிகளோடு நோயாளிகளின் உறவினர்கள் கட்டில்களுக்கு அருகில் தவித்துக் கொண்டிருந்தனர்.

அந்த நீளமான கூடத்தின் கடைசிக் கட்டிலைக் கை நீட்டிக் காட்டினாள் ஸ்டூலில் அமர்ந்திருந்த செவிலி. அவளின் வெந்நிறத் துணிக் கொண்டை மின் விசிறியின் காற்றுக்கு லேசாய் அசைந்து கொண்டிருந்தது. அந்தக் களேபரங்களுக்குப் பொருந்தாத அவளது முகத்தின் அமைதி மனோகரனுக்கு ஆச்சரியமாக இருந்தது.

தனியாளாய் அனாதையைப் போலக் கட்டிலில் படுத்திருந்த முருகனைத் தூரத்திலிருந்து பார்த்ததுமே திக்கென்றது மனோகரனுக்கு. ஐஸ் பாறையின் மீது நடப்பது போன்ற சிரமத்தோடு நடந்து நடந்து அவனை நெருங்கினார்கள்.

''முருகா....'' என்றான் மனோகரன். குரல் பிசிறடித்தது. சட்டென தலையைத் திருப்பி அவர்களைப் பார்த்தான் முருகன். அவர்களை அடையாளம் கண்டுகொண்டதும் அவன் கண்களில் ஒரு வெளிச்சம். அடுத்த கணம் அதில் அடர்த்தியான பெரும் வலி பரவியது.

வலது கையில் குளுக்கோஸ் இறங்கிக் கொண்டிருந்தது. இடுப்புக்குக் கீழே மட்டும் ஒரு நீளமான வெள்ளைத்துணி போர்த்தப்பட்டிருந்தது. அவன் போட்டிருந்த அரைக்கை ஊதா நிறச்சட்டை பல இடங்களில் கிழிந்திருந்தது. கைகள், முகம் எனப் பல இடங்களில் சிராய்ப்புகள். அதில் ரத்தம் கசிந்து உலர்ந்திருந்தது. இடது கையில் விரல்களோடு சேர்த்து பெரிய வெள்ளைக் கட்டு. கட்டை மீறி திட்டுத்திட்டாய் ரத்தம் கசிந்திருந்தது.

கால்கள் மீது போர்த்தியிருந்த துணியை விலக்க கையை நீட்டினான் மனோகரன். வேகமாக அவர்களை நெருங்கிய அந்தச் செவிலி அவசரமாகத் தலையை ஆட்டி அவனைத் தடுத்தாள்.

வாசல் பக்கத்திலிருந்து ஒரு இளைஞன் அவர்களைப் பார்த்தபடி வேகமாக நடந்து வந்தான். முருகனின் வயதுதானிருக்கும். கருப்பாக இருந்தான். கோரை முடிகள் முன் தலையில் குத்திட்டு நின்றன. ஒரு முன் பல் மட்டும் சற்று துருத்திக் கொண்டிருந்தது.

''நாந்தாங்க போனு பண்ணது...'' பொதுவாக இருவரையும் பார்த்துச் சொன்னான்.

''ரொம்ப தேங்ஸ் தம்பி...'' நன்றியோடு அவன் கைகளைப் பிடித்துக் கொண்டான் மனோகரன்.

தலையைத் திருப்பித் திருப்பி அவர்களைப் பார்ப்பதும், சொருகும் கண்களைத் திறந்து திறந்து மூடுவதுமாக இருந்த முருகனைப் பார்த்த அந்த இளைஞன், அவர்களை வெளியே அழைத்து வந்தான்.

''நாங்கூட செலக்சனுக்குதாம் போனங்... திடீர்னு செலக்சன் கேன்சல்னு சொன்னதும் பஸ்ல செம கூட்டம். டாப் மேல கூட ஏற்னாங்க. இவுரு பஸ்சுக்கு உள்ளதாங் இர்ந்து கீறாரு... ஒரு பள்ளத்ல எறங்கி ஏறி வேகமா பஸ் குலுங்கிச்சி... பஸ்ல ஒரே கூச்சலு... முன் படில தொங்கிகினு வந்த சில பேரு தொபுக்குனு கீய விய்ன்ட்டாங்க. அப்ப யாரோ புடிமானத்துக்கு முன்ன நின்னுகினு இர்ந்த இவர புட்ச்சி இஸ்த்துகினு கீய விய்ந்து கீறாங்க. அவங்க தூரமா விய்ந்துட்டாங்க... கடசியா விய்ந்த இவுருதாங் பின்னாடி டயர்ல மாட்டிகினாரு...'' கண்களில் திகில் பரவ அவன் சொன்னான்.

''பஸ் டிரைவரும் கண்டக்டரும் பயந்து போயி ஓடிட்டாங்க... பஸ்ல இருந்த யாருமே கிட்ட வர்ல... ரொம்ப நேரமா பஸ் கீழியே கத்திகினு இர்ந்தாரு... நானும் வேற ரெண்டு பேரும் துணிஞ்சி தூக்கினம். ரத்தம்னா ரத்தம்... எந்துணிலாம் ரத்தம் ஆய்ச்சி... நோவுல துட்ச்சிகினே இர்ந்தாரு. கெஞ்சிக் கூத்தாடி ஒரு ஆட்டோல போட்டுகினு வந்து அரக்கோணத்ல சேத்தம். அங்கருந்து ஆம்புலன்ஸ்ல இங்க அனுப்பி வெச்சாங்க...''

சொல்லச் சொல்ல அவன் கண்களில் உறைந்திருந்த அதிர்ச்சி இவர்களின் ரத்தத்திற்குள்ளும் பரவியது. அவனுடைய நீல நிறச் சட்டையில் காய்ந்திருந்த ரத்தத்தின் கவுச்சி வாடையை அவர்களாலும் உணரமுடிந்தது.

''அந்த ஆஸ்பத்திரில பத்து இரும்பு ஸ்கேலு வாங்கியாரச் சொன்னாங்க... ஒரு அடி ஸ்கேலுங்க... ஒடஞ்ச காலுக்கு சேப்டியா ரெண்டு கால்லயும் அந்த ஸ்கேல வெச்சி கட்டி அனுப்பிட்டாங்க.... வண்டி ஆடி ஆடி... அந்த ஸ்கேலு எலும்புல குத்தும்போதுலாம் பயங்கரமா கத்திக்கினே வந்தாரு....'' திகிலோடு அவன் சொல்லி முடித்தபோது அவன் கையைப் பிடித்துக் கொண்டான் மனோகரன்.

''ரொம்ப தேங்க்ஸ்ப்பா... போய் சாப்டுட்டு போ...''

அவனிடம் ஒரு ஐநூறு ரூபாய்த் தாளை நீட்டினான் மனோகரன். அவன் வாங்கவே இல்லை. மீண்டும் அவனைக் கை கூப்பி கும்பிட்டு அனுப்பி வைத்தனர்.

மீண்டும் வார்டுக்குள் நுழைந்ததும், அந்த செவிலியிடம் போனான் மனோகரன்.

''சிஸ்டர்... ரொம்ப அடிபட்டிருக்குதா...?'' பயமும் பதை பதைப்புமாகக் கேட்டான்.

‘‘இன்னும் கட்டப் பிரிச்சி பாக்கல... சீப் டாக்டர் வரணும்... அவரு ஆபரேஷன் தியேட்டர்ல இருக்காரு... இப்பத்திக்கி பெயின்கில்லர் ஊசி போட்ருக்கறம்...’’

இரவு பதினோரு மணி. பெருநகரத்தின் பேரிரைச்சல் சற்று குறைந்திருந்தது. மருத்துவமனை வளாகம் அமைதியையும், அதீத பயத்தையும் போர்த்திக் கொண்டிருந்தது.

ஆபரேஷன் தியேட்டரின் எதிரில் பரவியிருந்த மெல்லிய இருட்டில் சிமெண்ட் திண்டுகளில் சோர்வோடு உட்கார்ந்திருந்தனர் மனோகரனும் வேலுவும். காலையிலிருந்து சாப்பிடாத களைப்பு அவர்களை தளர்த்தியிருந்தது. அருகில் மனோகரனின் அம்மா விசும்பிக்கொண்டிருந்தாள். கீறல் விழுந்த குழாயைப்போல அவள் கண்கள் சுரந்து கொண்டேயிருந்தன.

அவளோடு வந்திருந்த அவர்களின் பெரியம்மாவின் மகன்கள் இருவர் சற்றுத் தள்ளி உட்கார்ந்து கவலையோடு வானத்தை வெறித்துக் கொண்டிருந்தனர். அவர்கள் அங்கே வந்து சேர்ந்த போதே இருட்டத் தொடங்கியிருந்தது. அவர்கள் ஊரிலிருந்து கிளம்பும் வரை சுந்தரேசனுக்கு போதை தெளியவேயில்லை என்றார்கள்.

அவரை நினைத்ததும் மனோகரனின் துக்கம் ஆத்திரமாக மாறியது. அவர் மட்டும் சரியாக இருந்திருந்தால் ‘இப்படி ஒரு நிலையே வந்திருக்காது’ என, நினைத்துக் கொணடான். தகுதி இருந்தும் அவனை பல முறை நிராகரித்து அனுப்பிய அதிகாரிகள் மீதும் அவனுக்குக் கோபம் கோபமாக வந்தது.

பகலில் நோயாளிகளும் உடன் வந்தவர்களும் நிரம்பியிருந்த இடத்திலெல்லாம் இப்போது இருட்டும், கொசுக்களும் நிறைந்திருந்தன. பக்கவாட்டில் இருந்த வார்டுகளில் எரியும் சில விளக்குகளின்

வெளிச்சம் திட்டுத்திட்டாய் ஆங்காங்கே பரவியிருந்தது. அந்த வெளிச்சத்தின் வேர்களைப் பற்றிக்கொண்டுதான் அவன் இதையெல்லாம் நினைத்துக் கொண்டிருந்தான்.

ஆபரேஷன் தியேட்டருக்குள் முருகனைக் கொண்டு போகும் போதேபலதாள்களில்மனோகரனிடம்கையெழுத்துவாங்கிக்கொண்டனர்.

''ரெண்டு காலுமே டேமேஜ் ஆயிருக்கு... எலும்பு மட்டுமில்ல.... ரத்தக் கொழா, நரம்பு எல்லாமே செதஞ்சி போயிருக்கு... 'வலது கால் மொத்தமாவே கூழாய்ட்ச்சி... அத ஒடனே எடுத்தாதாங் 'உயிரக் காப்பாத்த முடியும்...' ரெண்டு மூணு நாளு கழிச்சி இம்ப்ருவ்மென்ட் இருக்கானு பாத்துட்டு இன்னொரு காலப் பத்தி முடிவு பண்ணலாம்...'' என்றார் அப்போது தலைமை மருத்துவர்.

''கால எடுக்காம எப்டினா காப்பாத்துங்க டாக்டர்....'' அவரிடம் கெஞ்சினான் மனோகரன்.

''உயிரக் காப்பாத்தணும்னா ஒடனே ஒரு கால எடுக்கணும் தம்பி... இருந்தாலும் முயற்சி பண்ணிப் பாக்கறோம்...'' பொறுமையாகவும், அழுத்தமாகவும் மருத்துவர் சொன்னபோது மனோகரன் தடுமாறினான். கண்கள் இருட்டிக்கொண்டன.

கால்கள் தான் முருகனின் பலம். காவலிக் கிழங்கைப் போன்று உருண்டு திரண்ட அவனது கெண்டைக்காலில் செழித்திருக்கும் கருமை நிற முடிகள் பார்க்கவே கவர்ச்சியாக இருக்கும். தரை அதிர அதிர கர்வமாக அவன் நடக்கிறபோது இவனுக்கும் கூட பெருமையாக இருக்கும்.

ஒரு நீளமான பெருமூச்சோடு 'மனதை இறுக்கிக் கொண்டுதான்' கையெழுத்துகளைப் போட்டான். மாலையிலிருந்தே முழு மயக்கத்தில்

இருந்ததால் இது எதுவும் முருகனுக்குத் தெரியாது. அதுதான் மனோகரனின் துக்கத்தை கிளறிக்கொண்டே இருந்தது.

விடியற்காலை ஐந்து மணி. சுற்றிலும் விடியலின் நிறம் பரவிக் கொண்டிருந்தது. கொசுக்களோடு போராடியபடி அவர்கள் துவண்டு கிடந்தபோது, முருகனுக்கு விழிப்பு வந்துவிட்டதாகவும், அவன் மனோகரனைக் கேட்பதாகவும் ஒரு செவிலி வந்து அவனை மட்டும் அழைத்துப் போனாள்.

ஆபரேஷன் தியேட்டரிலிருந்து சிறப்புப் பிரிவுக்கு மாற்றி இருந்தனர். அந்த அறையில் ஐந்து நோயாளிகள் மட்டுமே இருந்தனர். சில விளக்குகள் மட்டும் சன்னமாய் எரிந்து கொண்டிருந்தன. உள்ளே பெரும் அமைதி.

கடைசிக் கட்டிலில் இருந்த முருகனை, பதைபதைப்போடு நெருங்கினான். உடல் முழுவதும் நீல நிறப் போர்வை போர்த்தப்பட்டு முகம் மட்டும் திறந்திருந்தது. இவனது காலடிச் சத்தம் கேட்டு மெதுவாகத் தலையைத் திருப்பிப் பார்த்தான். அவன் கன்னத்தில் ஈரம் மினுமினுத்தது. வலியில் அழுகிறான். ‘பெயின் கில்லர் ஊசியையும் மீறி வலிக்கலாம்’ என, நினைத்துக் கொண்டான்.

அவனை நெருங்கி கட்டிலருகில் நின்றான். அவன் கன்னத்தின் ஈர மினுமினுப்பு ஊர்ந்து நகரத் தொடங்கியது. இமைகளை உயர்த்தி மனோகரனைப் பார்த்தான்.

‘‘ரொம்ப நோவுதாடா...?’’ பரிவோடு கேட்டான்.

கண்களை லேசாக மூடித்திறந்தான். வாய் திறந்து எதுவும் பேசவில்லை. போர்வைக்குள்ளிருந்த தனது வலது கையை மெதுவாக வெளியில் எடுத்தான். கையிலிருந்த சிராய்ப்புகளில் புதிதாக வெள்ளைக் கட்டுகள் போடப்பட்டிருந்தன.

இடுப்புக்குக் கீழாக கையை நீட்டி போர்வையை மெதுவாக மேலே இழுத்தான்.

பகீரென்றது மனோகரனுக்கு. அவனது வலது கால் இடுப்பிலிருந்து ஒரு ஜாண் நீளம் மட்டுமே இருந்தது. துண்டிக்கப்பட்ட தொடையின் முனையில் பஞ்சு வைத்து சுற்றப்பட்டு மொண்ணையாக இருந்தது.

நீண்டிருந்த இடது கால் முழுவதும் வெள்ளைக் கட்டுகள் போடப்பட்டிருந்தன. "இடது காலுக்கு இணையாக இருந்த, வலது காலின் வெறுமையைப் பார்த்ததும் மனசு துவண்டது" மனோகரனுக்கு.

கண்களைத் தாழ்த்தி மீண்டும் 'தன் கால்களைப் பார்த்தான்' முருகன். மீண்டும் மனோகரனைப் பார்த்துவிட்டு சட்டென்று கண்களை மூடிக்கொண்டான்.

அவன் கண்களிலிருந்து புதிதாக இரண்டு ஊற்றுகள் சுரக்கத் தொடங்கின.

அவனது 'பச்சை நிறக் கனவு' கரைந்து கரைந்து கன்னங்களில் வழிந்து கொண்டிருந்தது.

பாலி

குளிப்பதற்காக ரங்கநாதனின் மேட்டுக் கிணற்றை நோக்கி நடந்த முருகனுக்கு கிணற்றின் மேற்கிலிருந்து ஏதோ கூச்சல் கேட்டது. அங்கிருந்து அந்தக் கிணறு நடக்கிற தூரம்தான். ஜிட்டனின் மானாவாரி வரப்புகளையும், அவுஞ்சி மரங்கள் சூழ்ந்த அமாட்டியின் மேட்டுக் கரம்பையும், அதை ஒட்டிய பீவேல மரங்களையும் கடந்து நடந்தால் மொத்தமே ஐந்தாறு நிமிட நடையில் கிணற்றைத் தொட்டுவிடலாம்.

கொல்லைப் புறங்களிலும், ஊருக்குள்ளும் இது போன்ற கூச்சல்களும், சண்டை சச்சரவுகளும் அடிக்கடி நடப்பதுதான். நிலத்துப் பக்கம் சண்டை நடந்தால் அநேகமாக வரப்பு அல்லது வாய்க்கால் தகராறாகத்தான் இருக்கும்.

பங்காளிகளோ, பக்கத்து நிலத்துக்காரர்களோ இப்படி சண்டையில் மாட்டிக் கொள்கிறபோது விலக்கிவிட யாராவது வேண்டும். இழுத்துப் பிடிக்க ஆளிட்டாவிட்டால் பலமாக அடித்துக்கொண்டு ஆஸ்பத்திரிக்கோ, போலீஸ் ஸ்டேசனுக்கோ ஓடுவார்கள்.

கால்கள் நடந்து நடந்து தேய்ந்ததால்... காதோர முடிகளும், நடு வழுக்கையுமாய்க் கிடக்கிற கிழவனின் தலையையைப் போல நீண்டு கிடந்தது ஜிட்டனின் வரப்பு. அதில் வேகமாக நடக்கத் தொடங்கிய முருகனுக்கு மீண்டும் கூச்சல் கேட்டது. உற்றுக் கேட்டான். பழக்கப்பட்ட குரல்தான். ஆனாலும் யாருடையதென சரியாக அடையாளம் தெரியவில்லை. நடையை மேலும் எட்டிப் போட்டான்.

ஜிட்டனின் நிலத்தில் போட்டிருந்த வேர்க்கடலை விதைகள் மண்ணைப் பிளந்து தலை நீட்டியிருந்தன. அதன் வெண்ணிறத் தண்டுகளில் மஞ்சளும் பச்சையுமாய் மடங்கியிருந்தன இலைகள். பச்சிளம் குழந்தைகள் உடல் சுருட்டித் தூங்குவதைப்போல அவற்றைப் பார்க்கப் பார்க்க அழகாக இருந்தன. அவற்றின் கூடவே அங்கங்கே பாளைப்புற்களும், அருகம்புற்களும் தலைகாட்டத் தொடங்கியிருந்தன.

மல்லிகைப் பூக்களைப் போல வேலியில் வெள்ளையாய்ப் பூத்திருந்த உன்னிப் பூக்கள் மல்லிகையைப் போலவே மணம் வீசிக் கொண்டிருந்தன. ஊசியைப் போன்ற குட்டி அலகுகளை அந்தப் பூக்களில் நுழைத்துத் தேன் உறிஞ்சிக் கொண்டிருந்த தேன் சிட்டுகள், முருகனின் அவசர நடையில் மிரண்டு ''சிவிக்... சிவிக்...'' என கத்தியபடி எகிறிப் பறந்தன.

பாதி தூரம் நடந்ததும் குரல்கள் மேலும் வலுவாகக் கேட்டன. ஆவேசமாகக் கத்தும் ஒரு குரல். வலியில் அலறும் இன்னொரு குரல். இரண்டே குரல்கள்தான். இது சண்டைக் குரல்கள் இல்லை. யாரோ யாரையோ அடிக்கிறார்கள்.

நடையை ஓட்டமாக மாற்றினான். நுணா மரத்தில் 'கீ கீ கீ' என்று கத்திக்கொண்டிருந்த பீ குருவிகள் அவனது ஓட்டத்தைப் பார்த்து மேலும் சத்தமாகக் கத்தியபடி கிளைகளுக்கிடையில் தாவிப் பறந்தன.

‘‘உண்ட ஊட்டுக்கு ரெண்டகம் பண்ற நாயே... உன்ன வெட்டிப் பொலி போடாம உடமாட்டேண்டா....’’ என்ற ஆவேசமான குரலும்,

‘‘அய்யோ... ணா... ணா... அடிக்காதணா....’’ என்று வலியால் துடிக்கும் குரலும் இப்போது தெளிவாகக் கேட்டன.

ஆவேசமான குரல் கிணற்றுக்குச் சொந்தக்காரனான ரங்கநாதனின் குரல். அலறிய குரல் பிடிபடவில்லை. யாரை அடிக்கிறான் ரங்கநாதன்...? முருகனால் நம்ப முடியவில்லை.

அதிர்ந்து பேசாதவன் என்று பெயரெடுத்தவன் ரங்கநாதன். யாருடைய வம்புக்கும் போகமாட்டான். ‘பயிர் வேலை உண்டு, அவன் உண்டு’ என நிலத்தில் கிடப்பான். மற்ற நேரங்களில் செம்மறி ஆட்டு மந்தையின் பின்னால் தண்ணீர் பாட்டிலோடு கரிமலைக் காட்டில் ஓடிக்கொண்டிருப்பான். பகலில் வீட்டில் அவனைப் பார்க்கவே முடியாது. ஆடுகளின் பின்னால் ஓடிய அலுப்பில் இரவிலும் ஊர் உறங்குவதற்கு முன்பே தெருத்திண்ணையில் படுத்து குறட்டை விட்டுத் தூங்கிவிடுவான். அவனா இப்படி ஆவேசமாகக் கத்துகிறான்...?

பிரம்மாண்டமாய் வளர்ந்திருந்த பீவேல முள் தோப்பைக் கடந்து, வடக்கு வரப்பில் திரும்பி, தடதடவென ஓடி கிணற்று மேட்டைத் தொட்டான் முருகன். ஆயில் இஞ்ஜின் ‘புக்.... புக்... புக்...’ எனப் புகையைக் கக்கியபடி ஓடிக்கொண்டிருக்க.... அதன் பைப்பிலிருந்து பீய்ச்சியடித்தத் தண்ணீர் பால் நுரையைப் போல கால்வாயில் குதித்துச் சிதறிக் கொண்டிருந்தது.

தண்ணீர் நெளிந்து நெளிந்து மெதுவாய் ஊர்ந்து கொண்டிருந்த கீழ்க்கால்வாயின் அருகில் நின்றிருந்த ஒற்றைப் புங்க மரத்தின் கீழே... யாருடயை தலை முடியையோ கொத்தாகப் பிடித்து முதுகில் எட்டி உதைத்தான் ரங்கநாதன். உதை வாங்கியவன் நான்கடி தூரம் எகிறி கீழே

தலை குப்புற விழுந்தான். விழுந்தவனின் முதுகில் மீண்டும் ஒரு உதை விட்டான்.

தள்ளாடியபடி மெதுவாய் எழுந்து நின்ற உருவத்தைப் பார்த்ததும் 'பகீர்' என்றது முருனுக்கு. அது பாலி.

"டே... டே... ரங்கா....! டே பாவி....! எதுக்குடா அந்த புள்ளப் பூச்சிய ஒதைக்கிற....?" கத்திக் கொண்டே ஓடினான் முருகன்.

முருகனை அந்த நேரத்தில் எதிர்பார்க்கவில்லை ரங்கநாதன். ஒரு நொடி நேரம் தயக்கமாக முருகனை நிமிர்ந்து பார்த்தான்; மீண்டும் வெறி வந்ததைப் போல பாலியின் தொடையில் ஒரு உதை விட்டான். தள்ளாடிக் கொண்டிருந்த பாலி மீண்டும் குப்புற விழுந்தான்.

"இவனா புள்ளபூச்சி... தாயோளி... இவன கண்டதுண்டமா வெட்டாம எனுக்கு ஆத்தரம் அடங்காது..." ரங்கநாதன் மீண்டும் உதைக்கக் காலைத் தூக்கினான்.

"டேய்... சொல்லச் சொல்லக் கேக்காம இன்னாத்துக்கு அவன இப்டி ஒதைக்கிற....?" முன்னால் ஓடி குறுக்கில் நின்றான் முருகன்.

தட்டுத் தடுமாறி எழுந்த பாலி நேராக நிற்க முடியாமல் மீண்டும் அந்த உயரமான வரப்பின் மீது சரிந்தான். திடீரென அவன் கை கால்கள் 'விலுக் விலுக்' என, உதைத்துக் கொள்ள... மேலும் கீழே சரிந்து கேழ்வரகு பயிரில் விழுந்தான். கால்கள் வெட்டி வெட்டி இழுக்க... பற்கள் கடகடவென அடித்துக் கொண்டன.

பாலிக்கு வழக்கமாக வரும் வலிப்பு வந்து விட்டது. உதை வாங்கியதில் கிழிந்திருந்த அவனது மேலுதட்டில் ரத்தம் கசிந்து கொண்டிருந்தது. முகமெங்கும் ஈர மண் அப்பியிருந்தது. நெற்றி வீங்கியிருந்தது.

கால்களும், கைகளும் உலக்கையைப் போல விறைப்பாகி உதைத்துக் கொள்ள... உடல் அதிர்ந்து அதிர்ந்து வெட்டி இழுக்க... தலை 'தொம் தொம்' என, வரப்பில் மோதியது. வாயில் நுரை தள்ளியது. கண்கள் சொருகத் தொடங்கின.

''அய்யோயோ... இஸ்ப்பு வந்திச்சே...! கைல இரும்பு எதுனா குட்த்தாதான இஸ்ப்பு நிக்கும்...'' பதற்றத்துடன் சுற்றும் முற்றும் பார்த்தான் முருகன்.

''யோவ்... அப்டியே இஸ்த்துகினு சாவட்டும் உடு... இந்த நாய நானே இன்னிக்கி சாவடிச்சிருப்பங்... எனுக்கு வேல மிச்சம்.... உடு...'' கத்தினான் ரங்கநாதன்.

அதைக் கேட்டதும் மேலும் அதிர்ச்சியாக இருந்தது முருகனுக்கு. அடுத்த நொடி அவன் மீது ஆத்திரம் ஆத்திரமாக வந்தது.

''நீயெல்லாம் மன்சனாடா....? தூ....''

அவனைப் பார்த்துக் காறித் துப்பிவிட்டு மீண்டும் சுற்றும் முற்றும் பார்த்தான். அங்கே எந்த இரும்பும் அவன் கண்களில் படவில்லை. சற்று தூரத்தில் புங்கமரத்தின் பின்னால் கேழ்வரகு பயிர்களுக்கிடையில் நின்றிருந்த ரங்கநாதனின் மனைவி கையில் மண்வெட்டியை வைத்திருந்தாள்.

அவளைப் பார்த்ததும் ஆச்சரியமாக இருந்தது முருகனுக்கு. தண்ணீரில் நீண்ட நேரம் ஊறி சொத சொதத்த உள்ளங் கைகளைப் போல அவள் முகம் முழுவதும் ஊதி வெளுத்திருந்தது.

''ஏம்மா... நீயும் இங்கதாங் நிக்கிறியா....? இந்தப் பையன இப்டி ஒச்சிகினு கீறாங் உங்கூட்டுக்காரங்.... தூரமா நின்னு வேடிக்கப் பாத்துகினு கீற...?'' கோபத்தோடு அவளைப் பார்த்துக் கத்தினான்.

எந்த பதிலும் சொல்லாமல், வழி தவறிப் போன செம்மறி ஆடு கிழக்கு மேற்கு தெரியாமல் நிற்பதைப்போல... மருண்டு மருண்டு பார்த்தாள் அவள். அவள் கையிலிருந்த மண்வெட்டியைப் பார்த்ததும் மனதுக்குள் மின்னலடித்தது முருகனுக்கு. இரும்பு மண்வெட்டி.

சட்டென ஓடி அவள் கையிலிருந்து மண்வெட்டியைப் பிடுங்கி வந்தான். ஆனால், அதை பாலியின் கையில் வைக்கத் தயக்கமாக இருந்தது. கூரான மண்வெட்டி. அதுவே ஆபத்தாகிவிடும்.

வலிப்பின் வேகம் அதிகமானது. மண்வெட்டியைத் தூர வீசிவிட்டு, அவனைத் தூக்கி வரப்பில் சாய்த்து உட்கார வைத்தான். தலையை உயர்த்திப் பிடித்தான். வாயிலிருந்து கம்பி போல ஜோம்பு ஜோம்பாக வழிந்த எச்சில் பாலியின் மார்பில் சொட்டி நீல நிற பனியனுக்குள் கொழகொழவென ஊர்ந்தது. கைகளும் கால்களும் வரப்பில் வேகமாக இடித்துக் கொண்டன. முகம் வியர்த்து வழிய, கண்கள் நிலை குத்திச் சொருகத் தொடங்கின.

''அய்யோ... இரும்பு எதுனா குடுக்கலனா பொட்டுனு பூட்டாலும் பூடுமே.... டே... ஆயிலு மிசினாண்ட ஸ்பேனரு எதுனா கீதா பார்ரா...'' ரங்கநாதனைப் பார்த்துக் கத்தினான் முருகன்.

ரங்கநாதன் கண்களில் வெறுப்புக் கசிய வெறுமனே பாலியைப் பார்த்துக் கொண்டிருந்தான்.

''யோவ் ... அப்டியே கம்னு உட்ரு... ரெண்டு நிமிசத்ல கத முஞ்சிரும்...'' குரூரத்தோடு சொன்னான் அவன்.

குபீரென ஆத்திரம் பற்றிக் கொண்டது முருகனுக்கு.

''நீயெல்லாம் மன்சனா... மிருகமாடா...? உன்னப் போயி தர்மராஜன்னு ஊரே நம்புது... தூ...'' பாலியைக் கீழே படுக்க வைத்துவிட்டு, ஆயில் இஞ்ஞினை நோக்கி ஓடினான்.

கருத்த பீமனைப் போல உட்கார்ந்து தன்பாட்டுக்கு உடலை உதறி உதறி புகை கக்கிக் கொண்டிருந்த ஆயில் இஞ்ஞினை உற்றுப் பார்த்தான். அங்கே ஸ்பேனர் எதுவுமே இல்லை. இன்ஜினுக்கும் பம்புக்கும் நடுவில் சுழன்று கொண்டிருந்த பெல்டுக்குக் குறுக்கில்... பெல்ட் ஒதுங்காமல் இருக்க கூரான கடப்பாரை ஒன்று நடப்பட்டிருந்தது. அதைப் பிடுங்கி எடுத்துப் போய் பாலியின் கையில் தரலாமா? என யோசித்த முருகன், அவசரமாகக் குறுக்கில் தலையாட்டிக் கொண்டான். கூரான கடப்பாரையும் ஆபத்தில் தான் முடியும்.

மிசினுக்குப் பக்கத்தில் முழ நீள ஹேண்டில்பார் இருந்தது. மிசினைச் சுற்றி ஸ்டார்ட் செய்ய உதவும் அது நீளமான பிடியும், முனையில் வட்டமான வாயுமாய் கிடந்தது. இரண்டு கிலோவுக்கு மேல் எடை இருக்கும். அது பரவாயில்லை. சட்டென்று அதை எடுத்துக் கொண்டு ஓடினான். இப்போது பாலியின் முகம் மேலும் வெளுத்திருந்தது. வரப்பில் உதைத்த கை கால்களில் ரத்தம் கசிந்து மண்ணில் சிந்திக் கொண்டிருந்தது. சட்டென குனிந்து அவனது வலது கையில் ஹேண்டில்பாரை வைத்து அழுத்தினான். பாலியின் விரல்கள் சட்டென அதைப் பற்றிக் கொண்டன.

ஐந்து நிமிடங்களில் அந்தக் கை கால்களின் ஆவேச உதைப்பு குறைந்து குறைந்து நின்றது. வாயில் எச்சில் வழிவதும் நுரை தள்ளுவதும் நின்றன. முருகனுக்கும் பதட்டம் குறைந்து மனம் சமநிலைக்கு வந்தது. அவற்றை வெறுப்பாகப் பார்த்துக் கொண்டிருந்தான் ரங்கநாதன்.

'இப்ப நீ காப்பாத்திட்டாலும்... இந்த நாய்க்கி எங் கையாலதான் சாவு...' என கீழே கிடந்த ஹேண்டில்பாரை ஆத்திரத்தோடு எடுத்தான் ரங்கநாதன். பாய்ந்து அவனிடமிருந்து அதைப் பிடுங்கினான் முருகன்.

டேய்... உனுக்கின்னா வெறியா புட்ச்சிகீது....? இன்னாதாண்டா நட்ந்திச்சி...? எதுக்கு இப்டி பேய் மாறி ஆட்ற நீ....?''

''இன்னா நட்ந்திச்சா...? இதப் போயி பைத்தியம்னு ஊரெல்லாம் சொல்து... ஆனா, இந்த நாயி இன்னா பண்ணிச்சி தெரிமா...? தண்ணி மடய திருப்பிகினு இர்ந்த அவளக் கட்டிப் புட்ச்சிக் கீயத் தள்ட்டு அவ மேல நாயி மாறி ஏர்றாங்...''

ஆத்திரமாகக் கத்திய ரங்கநாதன் மீண்டும் பாலியின் முகத்தின் மீது ஒரு உதை விட்டான்.

அப்போதுதான் கண்களைத் திறந்த பாலி மீண்டும் அலறிக் கொண்டு மண்ணில் புரண்டான். அவனது மேல் உதட்டில் பல் குத்திக் கிழிக்க... மீண்டும் ரத்தம் பீறிட்டது. வாயில் காயத் தொடங்கியிருந்த வெள்ளை நுரையில் சிவப்பு ரத்தம் கலந்து கீழே வழிந்தது.

பகீரென்றது முருகனுக்கு. திரும்பி அவளைப் பார்த்தான். அவள் முகமும் இன்னும் அதிகமாக வெளுத்திருந்தது.

பாலிக்கு முப்பதைக் கடந்த வயது. பிறந்ததிலிருந்தே காக்காய் வலிப்பு. ஊருக்குள் துணி வெளுத்துப் பிழைப்பு நடத்திய அவன் தந்தை எல்லப்பன் திடீரென குளிர்காய்ச்சல் வந்து செத்துப் போனான். அந்தக் கடைசி நிமிடத்திலும் அவனுடைய கவலை எல்லாமே பாலியின் மீதுதான் இருந்தது. ஊருக்கு ஒரே குடி. எல்லப்பன் செத்த பிறகு அவனது மனைவி சரோஜா ஊர்த்துணிகளை வெளுக்கத் தொடங்கினாள். நாள்கள் நகர நகர ஊரார் அழுக்குத் துணிகளை வெளுக்கப் போடாததால், நடவு, களையெடுப்பு என கூலி வேலையில் வயிற்றைக் கழுவ வேண்டியிருந்தது.

ஒற்றைப் பிள்ளையாய்ப் பிறந்த இந்த பாலிக்கு காக்காய் வலிப்போடு மன வளர்ச்சியும் குறைவு. ஆனாலும் ஆள் பார்க்க வாட்ட சாட்டமாக இருப்பான். தினமும் குளித்து சுத்தமாகவும் இருப்பான்.

ஊரில் நடக்கும் கேழ்வரகு, கம்பு, மிளகாய் நடவுகளின்போது அவனாகவேப் போய் தண்ணீர் மடை திருப்புவான். பாத்திகளில் மண்ணைத் தள்ளி மூலை முடுக்குகளை சமன் செய்து, மண்ணைக் குழைத்து நடவுக்குத் தோதாய்க் கரைத்து விடுவான். அதற்காக அவனுக்குக் கூலி எதுவும் கிடையாது. மதியம் சாப்பிட கூழோ களியோ போட்டால் போதும். அப்படியும் அவனை வேலைக்கு வைத்துக் கொள்ள ஊரார் தயங்குவார்கள். எப்போது காக்காய் வலிப்பு வந்து கீழே விழுவான் என்று தெரியாது. விழுந்து ஏதாவது விபரீதம் ஆகிவிட்டால் அந்தப் பழிக்கு ஆளாக ஊரில் யாரும் தயாராக இல்லை.

ஐப்பசியில் பெய்கிற மழையைப் போல ஊரில் யாரிடமாவது சளசளவென பேசிக் கொண்டே இருப்பான். கம்பிகம்பியாக வாசலில் பெய்கிற மழை, ஒரு சிறு காற்றின் விசிறலில் சற்றுத் திசைமாறி தாழ்வாரத்தில் தெளிப்பதைப்போல... அவன் பேச்சு திடீரென அறுந்து கண்கள் சொருகும். தலை உதறும். தடாரென கீழே சாய்ந்து உடல் வெட்டி இழுக்கும்.

பார்த்துக் கொண்டிருப்பவர்கள் பதறிப் போவார்கள். ஏதாவது இரும்பைக் கையில் கொடுத்தால் பத்திருபது நிமிடங்களுக்குப் பிறகு இழுப்பு நிற்கும். கால்கள் மட்டும் உதைத்து உதைத்து மெதுவாய் தளரும். அப்படி கால்கள் மண்ணிலும் கல்லிலும் உராய்ந்து உராய்ந்து மேல் பாதங்களும், கணுக்கால்களும் புண்ணாகிக் கிடக்கும்.

இரவில் அவன் தூங்கிய பிறகு, மஞ்சள்தூளைத் தேங்காய் எண்ணையில் குழைத்து அந்த காயங்களில் தடவிவிடுவாள் சரோஜா. புண்கள் ஆறிவிட்டாலும் அந்த இடமெல்லாம் செம்பருத்திப் பூவைப் போல வழுவழுப்பானத் தழும்பாய்க் கிடக்கும்.

கிணற்றுப் பக்கமோ, ஏறிப் பக்கமோ அவனைப் போக விடமாட்டாள். ஏரிக்கரைப் பக்கம் காலைக்கடன் கழிக்கப் போனாலும்

கால் கழுவ ஏரியில் இறங்க மாட்டான். வீட்டுக்கு வந்து புறக்கடைப் பானையில் கழுவிக்கொள்வான். அவன் குளிக்கவும் அந்தப் பானையில் தளும்பத் தளும்பக் குழாய்த் தண்ணீரை நிரப்பி வைப்பாள்.

தினமும் காலையிலேயே குளித்து, நெற்றியில் பட்டை பட்டையாய் விபூதியைப் பூசி, துவைத்த லுங்கியையும், பனியனையும் உடுத்திக் கொண்டு ஒரு சொம்பு நிறைய கூழ்க் குடிப்பான். சரோஜா வேலைக்குக் கிளம்பியதும், அவனும் கிளம்பி காட்டுப்பக்கம் போவான். கொள்ளாபுரியம்மன் கோயில் குளக்கரையில் ஒரு வயதான புளிய மரம் நிற்கும். அதன் பின்புறம் ஏராளமான புதர் மண்டிக் கிடக்கும். அந்த புதருக்குள் போய் மேற்கே பார்த்து நின்று கொள்வான். தனது லுங்கியை ஏற்றி வயிற்றில் கட்டிக்கொண்டு வேகமாக கை மைதுனம் செய்வான்.

அந்தப் பழக்கம் அவனுக்கு எப்படி வந்ததென்று யாருக்கும் தெரியவில்லை. அது முடிந்ததும் புளியமரத்தின் கீழேயே குத்துக் காலிட்டு குந்திக் கொண்டிருப்பான். ஆடு, மாடு மேய்க்கிறவர்கள் யாராவது அங்கே வந்தால் அவனைச் சீண்டியபடி பேசிக் கொண்டிருப்பார்கள். வயிறு பசித்ததும் எழுந்து வீட்டுக்குப் போவான். கூலிக்குப் போன சரோஜா மதியம் போடும் களியோ கூழோ அவனுக்கும் வாங்கி வந்து கொடுப்பாள். சாப்பிட்ட பின்னர் ஊர்ப் பக்கமோ, காட்டுப் பக்கமோ போய் யாரிடமாவது பேசிக் கொண்டிருப்பான். வயது வித்தியாசமின்றி எல்லோருமே அவனை 'டா' போட்டுதான் பேசுவார்கள்.

''இன்னாடா பாலி... இன்னிக்கி டூட்டி முஞ்சிச்சா...?'' என்று கிண்டலாகக் கேட்டு கண்ணடிப்பார்கள். அவனும் வாயைக் கோணிச் சிரித்துவிட்டு... தலையை வலதும் இடதுமாய் அசைப்பான்.

சில பையன்கள் அவர்கள் எதிரில் அப்படி ஒரு முறை செய்யச் சொல்லி வற்புறுத்துவார்கள். அவனும் கூச்சமின்றி எழுந்து நின்று

லுங்கியை ஏற்றிவிட்டுச் செய்வான். பிள்ளைகள் அதை ஆர்வத்தோடும், கூச்சத்தோடும் பார்த்துக் கொண்டிருப்பார்கள்.

பெரியவர்கள் யாராவது அதைப் பாரத்துவிட்டால் ''இன்னாடா பாலி.... கெய்திக்கி கீற மாறி இந்தே பெர்சா கீது....?'' என்று ஆச்சரியத்தோடு கேட்டுவிட்டு, பசங்ளை அதட்டி விரட்டுவார்கள்.

ஏதாவது வேலையாக குளக்கரைப் பக்கம் போகிற ஊர்ப்பெண்கள் யாராவது அதைப் பார்த்துவிட்டால் மிரண்டு போய் ஓடுவார்கள். பின்னர் கண்கள் விரிய குசுகுசுவென ஊரில் பேசிக் கொள்வார்கள்.

''டேய் ஊர்ல கீற பொம்பளப் பசங்கள உசாரா இருக்கச் சொல்லுங்டா... திடீர்னு வெறி ஏறி யார் மேலனா பாஞ்சிடப் போறான்...'' ஒரு நாள் தாயக் கட்டைகளை உருட்டிக் கொண்டே சொன்னார் நாராயணன்.

''ம்... அப்டி கையக் கிய்ய நீட்னா... தோல உர்ச்சி உப்புக் கண்டம் போட்றமாட்டம்...'' என்றார் வெள்ளைக்கண்ணு.

இதெல்லாம் அவன் அம்மா சரோஜாவுக்குத் தெரிந்ததும், அவள் கெங்கையம்மன் கோயில் முன்பாக நின்று மௌனமாக அழுதாள். அவளால் வேறென்ன செய்ய முடியும்...?

மற்ற நேரங்களில் அவன் ஊர்ப்பக்கம் போனால் யாராவது அவனை அழைத்து எதைப் போட்டாலும் வாசலில் குந்தி வஞ்சனையில்லாமல் தின்பான்.

கூத்து, டிராமா என்றால் அவனுக்குப் பெரும் கொண்டாட்டம். சுற்றுப்பட்ட ஊர்களில் எங்கே கூத்து நடந்தாலும் முதல் ஆளாகப் போய் உட்கார்ந்து கொள்வான். ஊரில் கெங்கையம்மன் ஜாத்திரைக்கு வாலி மோட்சம் நாடகம்போட ஒத்திகை தொடங்கிவிட்டால்

அவனுக்கு கெக்கலிப்பு தாங்காது. அவனுக்கென்று தனியாக ஒரு ஜோடி பித்தளைத் தாளத்தை அவனிடம் கொடுத்துவிடுவார்கள். ஒத்திகையில் ஒவ்வொரு பாடலுக்கும் ''ஜங் ஜஜங்... ஜங் ஜஜங்...'' என அவன் தாளம் போடுகிற திறமையைப் பார்த்து ஊர்க்காரர்கள் 'வாய்' பிளப்பார்கள். எந்தப் பாடலுக்கும் அவன் தாளம் தப்பாது.

போன ஏப்ரல் மாதத்தில் ஒரு ஞாயிற்றுக் கிழமை. காலை வெய்யில் பச்சை மிளகாய்க் காரத்தைப் போல சுரீரென ஏறிக் கொண்டிருந்தது. பதினோரு மணி வாக்கில் பொடி நடையாய் நடந்து கொள்ளாபுரியம்மன் கோயில் பக்கம் போனான் முருகன். அந்தப் பக்கமாக அவன் போய் நீண்ட நாளாகிவிட்டிருந்தது.

கோயில் ஆலமரம் பிரம்மாண்டமாகக் கிளைகளை விரித்துப் பரந்து கிடந்தது. வெய்யிலுக்கு அதன் நிழல் சில்லென சுகமாக இருக்க..., மரத்தின் கீழிருந்த நீளமான சுமைதாங்கிக் கல்லின் மீது உட்கார்ந்தான். காற்று சிலுசிலுவென வீச, உடல் இறுக்கம் தளர்ந்து... மனம் லேசானது. மனக் கிளர்ச்சியோடு தலையைத் திருப்பி சுற்றும் முற்றும் வேடிக்கைப் பார்த்தான்.

கோயில் சுவற்றில் பூசப்பட்ட சுண்ணாம்பும் காவியும் வெளுத்திருந்தன. கிழக்குப் பார்த்த காவி நிற இரும்பு கேட் பூட்டப்பட்டிருக்க, வாசலில் நடப்பட்டிருந்த பெரிதும் சிறிதுமான சூலங்களில் சுற்றப்பட்ட பூச்சரங்களும், முனைகளில் குத்தப்பட்ட எலுமிச்சைகளும் காய்ந்து நிறம் மாறி இருந்தன. வடப்புறம் ஆடி மாதம் பொங்கல் வைக்கும் கற்கள் வரிசை கலைந்து கரி படிந்து கிடந்தன.

தலையைத் திருப்பி குளக்கரையைப் பார்த்தான். அந்த புளியமரத்தின் கீழே கால்களை மடக்கி உட்கார்ந்திருந்தான் பாலி. அவனைப் பார்த்ததும் அவனது அந்தப் பழக்கம் நினைவுக்கு வர... ஏதோ ஒரு ஆர்வத்தில் சத்தமாகத் தொண்டையைச் செறுமினான்

முருகன். சட்டென தலையைத் திருப்பி பார்த்த பாலியின் கண்களில் பிரகாசம்.

"டே பாலி... இங்க வாடா...!" உரக்க அவனைக் கூப்பிட்டான். அதற்கு முன்பு அவனுடன் அதிகமாகப் பேசியதில்லை. எப்போதாவது எதிர்ப்படும்போது முருகனைப் பார்த்துச்சிரிப்பான். ஒரு பத்து ரூபாய் நோட்டை அவன் கையில் கொடுத்தால் முகம் மலர வாங்கிக் கொள்வான். அவ்வளவுதான் அவர்கள் பழக்கம்.

வேகமாக எழுந்து வந்த பாலி முருகனின் எதிரில் தயக்கத்தோடு நின்றான். இரண்டு பத்து ரூபாய் நோட்டுகளை 'டீசர்ட்' பாக்கட்டிலிருந்து எடுத்து அவனிடம் கொடுத்தான். கண்கள் மின்ன வாங்கிக் கொண்டான்.

ஏதாவது பேசலாமேயென "சாப்ட்டியாடா...?" என்று கேட்டான். வேகமாகத் தலையாட்டினான். பக்கத்தில் இருந்த கட்டுக் கல்லைக் காட்டி அதன் மீது உட்காரச் சொன்னான். மெதுவாக உட்கார்ந்தான்.

அவன் நெற்றியில் இருந்த விபூதிப் பட்டை வியர்வையில் கலைந்திருந்தது. இரண்டு நாள்களுக்கு முன்னர்தான் முகச்சவரம் செய்திருக்க வேண்டும். முகம் களையாக இருந்தது. ஊர் நாவிதன் மாசிலா அவ்வப்போது அவனுக்குச் சவரம் செய்து விடுவதை அவனும் கேள்விப்பட்டிருந்தான்.

"ஏண்டா.... தெனமும் இங்க வந்து கை வேல பண்றியாமே....? ங்கொம்மாக்கிட்டச் சொல்லி ஒரு கல்யாணம் பண்ணிக்கறது..."

"நானும் தினிக்கும் எங்கம்மாகிட்ட கேட்டுகினுதாங் கீறணா.... எங்கம்மாதாங் பண்ணியே வெக்கல......"

"செரி.... கல்யாணம் பண்ணிகினு இன்னா பண்ணுவ...?"

''கொய்ந்த பெத்துக்குவன்னா...''

''கல்யாணம் பண்ண பொண்ணு ஓணுமே... உன்ன யார்ரா கட்டிக்குவாங்க...?''

''லச்சுமிக்கா....''

''எந்த லச்சுமிக்காடா...?''

''நம்பூரு நாட்டாம்காரு பொண்டாட்டிணா...''

'திகீர்' என்றது முருகனுக்கு.

''டே கிறுக்கா.... வெளில யார்கிட்னா இப்டி சொல்டாத... அட்ச்சி மூஞ்சப் பேத்துருவாங்க...''

''இல்லணா... அடிக்க மாட்டாங்க... அந்தக்காதாங் என்னக் கட்டிக்கிறனு சொன்னாங்க....''

''டே... ஒளராத... அவங்க எப்படா உன்னக் கட்டிக்கிறன்னு சொன்னாங்க....?''

''அவுங்க ஒரு நாளு என்ன ஊட்டுக்குள்ள கூப்டு கட்டிப் புட்ச்சி முத்தம் குட்த்தாங்ணா... அப்ப சொன்னாங்க...''

அதிர்ச்சியாக இருந்தது முருகனுக்கு. அவன் சொல்வது உண்மையா...? ஏதாவது சினிமா பார்த்துவிட்டு உளருகிறானா? என்று குழப்பமாக இருந்தது.

நாட்டாண்மையின் மனைவி லட்சுமிக்குத் தாய் வீடு பக்கத்து டவுனில் இருக்கிறது. பெரிய இடம். அவள் அண்ணன்கள் லாரி தொழிலில் பெரிய ஜாம்பவான்கள். லட்சுமிக்கு நாற்பது வயதிருக்கும். பெயருக்கேற்ப லட்சணமான முகம். இரண்டு பிள்ளைகள்!

சென்னையில் விடுதியில் தங்கிப் படிக்கிறார்கள். நாட்டாண்மைக்கு ஊரில் நிறைய்ய நிலம் இருக்கிறது. இரண்டு லாரிகளும் வைத்திருக்கிறார்.

''ஒர்நாளு நானு அவுங்க ஊட்டுப் புளிய மரத்தாண்ட உக்காந்துகினு இர்ந்தப்ப என்னைக் கூப்ட்டு சோறு போட்டாங்க... சாப்ட்டப்பறம் என்னக் கட்டிப் புட்ச்சி மூஞ்சில முத்தம் முத்தமா குட்த்தாங்க... அப்டியே கீய பட்த்துகினு என்ன மேல பட்த்துக்க சொன்னாங்க... அப்ப எங்கப்பா எங்கம்மாவ பண்ண மாதிரி நானும் பண்ணங்...''

அவன் சொல்வதை மேலும் மேலும் அதிர்ச்சியோடு கேட்டுக் கொண்டிருந்தான் முருகன். நாட்டாண்மை வீட்டின் பின்புறம் உள்ள புளிய மரத்தின் கீழே அவன் உட்கார்ந்திருப்பதை முருகனும் ஒன்றிரண்டு முறை பார்த்திருக்கிறான்.

ஆனாலும் அவன் சொல்வதை எப்படி நம்புவது...? முருகனின் மனம் குழம்பியது. மனதிற்குள் ஒரு பிராண்டல்.

''பெரிய ஆள்டா நீயி.... செரி வேற யார்னா இது மாதிரி உன்னப் பண்ணச் சொன்னாங்களா...?'' குறு குறுப்போடு கேட்டான்.

''ம்ணா.... சரஸ்வதிக்கா...''

சரஸ்வதி விபத்தில் கணவனை இழந்துவிட்டு விதவையாக பத்து ஆண்டுகளுக்கும் மேலாக காலம் தள்ளியவள். முப்பத்தி ஐந்து வயதுதானிருக்கும். ஆறு மாதங்களுக்கு முன்னர் ஒரு முன்னிரவில் வீட்டின் பின் புறம் உள்ள நுணா மரக் கிளையில் புடைவையால் தூக்கு மாட்டிச் செத்துப் போனாள்.

''வேற யார்ரா...?.'' கேட்கவே பயமாக இருந்தது முருகனுக்கு.

''வசந்தி அக்கா....''

தூக்கி வாரிப் போட்டது முருகனுக்கு.

ஊரிலேயே மிகவும் அமைதியான பெண் என்று பெயரெடுத்தவள் வசந்தி. யார் வம்புக்கும் போக மாட்டாள். எப்போதும் நிலம், கிணறு, விவசாய வேலை என்று கிடப்பாள். தூக்கலான மாநிறம். வள்ளிக் கிழங்கு மாதிரி திண்ணென்ற உடம்பு. அவள் 'சிரித்தால்' பார்த்துக் கொண்டே இருக்கலாம். அப்படி ஒரு முகக்களை. திருமணமாகி பத்து வருடங்களாகியும் குழந்தையில்லை.

''பொம்பளனா வசந்தி மாறி கீணம்.... கட்னவனயோ... ஊட்டுப் பெரியவங்களயோ ஒரு வார்த்த எதுத்து பேசுதா பாரு...? எங்க ஊட்லயும் கீதே ஒண்ணு.... மட்டு மரியாத இல்லாம எல்லாத்தயும் சூத்ல தொட்ச்சி போட்டுப் பேசுது....'' என தன் மருமகளைத் திட்டிக் கொண்டே இருப்பார் வெள்ளைக்கண்ணு.

''ஒரு நாளு அந்தக்கா வரப்புல பில்லு அற்த்துகினு இர்ந்திச்சி.... அங்க வேற யாருமே இல்ல... பில்லு செமயத் தூக்கி உடுனு என்னக் கூப்புட்ச்சி... கிட்டப் போனதும் என்னக் கட்டிப் புட்ச்சிகினு காவாய்ல பட்த்துகிச்சி... அப்பயும் அந்த மாதிரி நானு பண்ணங்...'' பாலி சாதாரணமாகச் சொன்னான்.

அதற்கு மேல் அவனிடம் எதையும் கேட்கப் பயமாக இருந்தது முருகனுக்கு.

''டேய்... எங்கிட்ட ஒளற்ன மாறி வேற யார்கிட்டயும் ஒளறாத... ஊரப்பத்தி உனுக்குத் தெரியாது... அட்ச்சி சாவட்ச்சி புளிய மர்த்ல தொங்க உட்ருவாங்க....'' என்று சொல்லியபடி முருகன் எழுந்து வீட்டுக்கு வந்து விட்டான். அதற்குப் பிறகு பல நாள்கள் இதெல்லாம் அவனுக்குள் உறுத்திக் கொண்டே இருந்தது.

பாலி எழுந்து தட்டுத்தடுமாறி வரப்பில் உட்கார்ந்தான். வலிப்பு முற்றிலுமாக நின்று விட்டது. முருகனைப் பார்த்து திக்கித் திக்கி அழத் தொடங்கினான். பார்க்கவே பாவமாக இருந்தது.

அவன் எழுந்துகொண்டதைப் பார்த்ததும் மீண்டும் ரங்கநாதனுக்கு கோபம் பற்றிக் கொண்டது.

''யோவ் மாமா! ஒதுங்கு..., 'இந்த நாய வெட்டி கண்த்த சுத்தி நாலு மூலைக்கு நாலு துண்டா போட்டாதாங்' எனுக்கு ஆத்தரம் அடங்கும். ஜூ... ன்னா மூஞ்ச நக்கற நாயி... எத்தினி நாளு இவ கையால சோறு களி போட்டுக் கீறா தெரிமா...? துண்ட்டு அவ மேலயே கைய வெக்கிது நாயி...'' மீண்டும் அவனை உதைக்க காலைத் தூக்கினான் ரங்கநான். அவனை இழுத்துப் பிடித்தான் முருகன்.

''புத்தி செரியில்லாத பையங் ... ஏதோ தெரியாம பண்ணிட்ச்சி... உட்டுட்டுப் போயி வேலயப் பாருபா...'' என்றபடி பாலியை எழுப்பி அனுப்பி வைத்தான் முருகன்.

வரப்பில் ஏறி நொண்டி நொண்டி நடந்த பாலியை எரிச்சலோடு பார்த்த ரங்கநாதன் ஆயில் மிசினை நிறுத்த கிணற்றை நோக்கிப் போனான்.

உண்மையைச் சொன்னால் அவன் ஆத்திரம் எங்கே திரும்பும்....? உடனடியாக அங்கே இன்னொரு கொலை விழுந்திருக்கும்.

இரண்டு கொலைகளைத் தடுத்து விட்டதாக மனதுக்குள் நினைத்துக் கொண்டான் முருகன். ஆனாலும் அவன் மனதுக்குள் ஒரு பாம்பு நெளியத் தொடங்கியது. ரத்தம் ஒழுகும் பாலியின் உதடுகள் அவனை இம்சித்தன. மூச்சு முட்டுவது போல நெஞ்சு படபடத்தது.

திரும்பி வசந்தியைப் பார்த்தான். அவள் முகம் 'ரத்தமின்றி செத்துக் கிடந்தது'.

வெள்ளையம்மா

குளத்தங்கரையில் பெருங்கூட்டம் கூடியிருந்தது. நீரில் நனைத்து விரித்துப்போட்ட ஈர வேட்டிகளைப் போல சுற்றிலும் மார்கழிப் பனி திரையிட்டிருந்தது. ராவெல்லாம் ஒன்று கூடி கதை பேசிய பல 'ராட்சசக் கிழவிகள், ஆங்காங்கே துப்பி வைத்த வெற்றிலைச் சாற்றைப்போல' அதிகாலைக் கீழ் வானம் திட்டுத் திட்டாகச் சிவந்திருந்தது. அந்த அருவருப்பில் தயங்கித் தயங்கி மெதுவாகத் தலை காட்டத் தொடங்கினான் 'சூரியன்'.

குளக்கரைக் கோயிலின் முன்பிருந்த ஒரு கல்லின் மீது கிழக்கு திசையைப் பார்த்து உட்கார வைக்கப்பட்டிருந்த வெள்ளையம்மாவை இரண்டு வலுவான ஆண்கள் அழுத்திப் பிடித்திருந்தனர். "ஊ........ வ்... ஊ........ வ்..." என, ஊளையிட்டுக் கொண்டிருந்த வெள்ளையம்மாவின் தலையில் மூன்று குடம் பச்சைத் தண்ணீரை 'தபதப'வெனக் கவிழ்த்தார் நாட்டு வைத்தியர் தேசிகாமணி.

பனிக்கட்டியைப் போலச் சில்லிட்ட தண்ணீர் தலையில் பட்டுச் சிதறி உடலில் வழிந்ததும் மூச்சுத் திணறியது வெள்ளையம்மாவுக்கு. உடலைத் திமிறிக்கொண்டு எழ முயன்றாள். அவளது புஜங்களிலும் தலையிலும் அழுத்திப் பிடித்திருந்த கைகள் மேலும் இறுகின. அப்படியும் உடலை முறுக்கிக் கீழே சாய்ந்து, கழுத்து அறுபட்ட ஆட்டைப் போல கால்களை உதைத்தாள்.

அவளை நனைத்துவிட்டு கீழே தேங்கியிருந்த தண்ணீரில் விழுந்து புரண்டவளின் ஊதா நிறச் சேலையும், ரவிக்கையும் களிமண் நிறத்திற்கு மாற... புடவை விலகலில் உரித்த பனங்கிழங்கு நிறக் கால்கள் பளிச்சிட்டன. முந்தானை விலகலில் அவளின் இளமை திமிறிக்கொண்டு தெரிய... பார்த்த கண்கள் தடுமாறின.

மரவள்ளிக் கிழங்கைப் போன்ற அவளது உடலைத் தூக்கி மீண்டும் அதே கல்லின் மீது உட்கார வைத்தனர். அதையெல்லாம் பார்த்துக் கொண்டிருந்த அவளது கணவன் கண்ணப்பா மனசு பதற... மேற்குப் பக்கமாக தலையைத் திருப்பி குளத்தைப் பார்த்தான். ஒரு பெரிய அலையும், அதனைத் தொடர்ந்து சிலச் சிறிய அலைகளுமாகக் குளமும் அவனைப் போலவே தத்தளித்துக் கொண்டிருந்தது.

'ஊர் சவரத்தொழிலாளி கோபால்' தன் சவரக் கத்தியை வலது கையில் மடக்கி வைத்துக் கொண்டு தயாராக நின்றிருந்தான். அவன் கைகள் திடமாக இருந்தாலும் மனசு நடுங்கிக் கொண்டிருந்தது.

''டே கோபாலு...! நா கண்ணக் காட்னதும் சர்ரக்குனு ஒரே இசு இஸ்த்துட்னும்....'' அவனிடம் சொன்ன வைத்தியர் தலையை உயர்த்தி கீழ் வானத்தைப் பார்த்தார். கைகளைக் கூப்பி மசமசத்த சூரியனைக் கும்பிட்டார்.

குளத்துத் தண்ணீரில் நின்றிருந்தவர்களைப் பார்த்து அவர் தலையை அசைக்க... மீண்டும் இரண்டு குடம் தண்ணீரை மொண்டு வந்து வெள்ளையம்மாவின் தலையில் கவிழ்த்தனர். மீண்டும் உடலை முறுக்கி ஊளையிடத் தொடங்கினாள்.

ஒரு துண்டு கற்பூரத்தை எடுத்து, அதை அவள் எதிரில் ஒரு வெற்றிலையின் மீது வைத்துக் கொளுத்தினார் வைத்தியர். அடர் இருட்டின் நிறத்தில் மேலெழும்பிய கரும்புகையின் மீது உள்ளங்கைகளை விரித்து அதை ஏந்தி தன் கண் இமைகளின் மீது ஒற்றி பயபக்தியோடு வணங்கினார்.

பக்கத்தில் தாம்பாளத் தட்டில் விபூதியோடு வைத்திருந்த ஒரு எலுமிச்சம் பழத்தை எடுத்து கற்பூரத் தீயில் காட்டிவிட்டு உள்ளங்கைகளில் உருட்டியபடியே கோபாலைப் பார்த்து தலை அசைத்தார்.

ஏற்கனவே பல முறை தீட்டித் தீட்டி கூர்மையாக வைத்திருந்த சவரக்கத்தியை விரித்துக் கொண்டான் கோபால். வெள்ளையம் மாவைப் பிடித்திருந்தவர்களின் பிடிகள் இரும்பாய் இறுகின. குளத்தங்கரையிலும், ஆலமரக் கிளைகளிலும், கோயிலின் முன்புறமும் இருந்தவர்களின் கண்கள் பரபரத்தன.

"பொன்னிம்மா தாயே...! நீதாங் இந்தக் கொயந்திய காப்பாத்தணும்....!" கோயிலைப் பார்த்துக் கும்பிட்டார் வைத்தியர்.

ஈர பளபளப்போடு இருந்த வெள்ளையம்மாவின் தலையின் இரு புறமும்... கருத்த தலை முடிகள் அலை அலையாய்ப் படர்ந்திருக்க... வெள்ளைக் கோடாய்ப் பளிச்சிட்ட 'உச்சி வகிட்டில்' கத்தியை வைத்து அழுத்தி பளீரென முன்னோக்கி ஒரு இழு இழுத்தான் கோபால்.

வெள்ளரிக்காய் பிளப்பதைப்போல நடு வகிடு பிளந்து கொள்ள... அதிலிருந்து சலசலவென கொப்பளித்தது ரத்தம். திகீர் என்ற வலியில் மூளை துடிக்க... உடலைத் திமிறிக் கொண்டு ''அய்யோயோ.... அய்யோயோ.... எம்மா... அய்யோயோ அய்யோயோ.....'' என்று அடித் தொண்டையிலிருந்து அலறினாள் வெள்ளையம்மா. ஒரு மலைப் பாம்பைப் போல உடலை முறுக்கினாள். பிடித்திருந்தவர்கள் தடுமாற... மேலும் இரண்டு பேர் அவர்களோடு சேர்ந்து அவளை அமுத்திப் பிடித்தனர்.

வைத்தியர் தன் கையிலிருந்த எலுமிச்சம் பழத்தை நீட்ட, அதை வாங்கி அதே சவரக்கத்தியால் இரண்டாகப் பிளந்து வைத்தியரிடம் தந்தான் கோபால். அவற்றை வாங்கிய வைத்தியர் கசகசவென பிழிந்து அதன் சாற்றை ரத்தம் கொப்புளித்த வெள்ளையம்மாவின் உச்சந்தலையில் விட்டார். ரத்த காயத்தில் எலுமிச்சைச் சாறு பட்டதும் நெருப்பைப் போல திகுதிகுவென எரிய... மேலும் அலறியபடி திமிறினாள்.

அப்படியே மூன்று நிமிடங்கள் அவளை அலறவிட்ட வைத்தியர், தாம்பாளத் தட்டிலிருந்த விபூதியை கை நிறைய்ய அள்ளி ரத்தமும் எலுமிச்சைச் சாறும் கசகசவென வழியும் வகிட்டில் வைத்து அப்பினார்.

இதையெல்லாம் மனசு கொதிக்கக் கொதிக்கப் பார்த்துக் கொண்டிருந்த கண்ணப்பா மிரட்சியில் மூர்ச்சையாகி தடாலென கீழே சரிந்தான்.

வைத்தியர் கண்களைக் காட்ட, வெள்ளையம்மாவைப் பிடித்திருந்தவர்கள் அவளை விட்டு விலக, துள்ளிக்கொண்டு எழுந்த வெள்ளையம்மா, ரயில் இஞ்ஞினைப்போல நீளமாக ஊளையிட்டபடி குளத்தங்கரையில் இப்படியும் அப்படியுமாய் ஓடினாள். அதைப் பார்த்த

ஆண்களும், பெண்களும், குழந்தைகளும் நாலாபுறமும் சிதறி ஓடினர். குளத்தங்கரையிலிருந்து கீழே குதித்த வெள்ளையம்மா மேலத் தெருவில் இறங்கி கிழக்கைப் பார்த்து ஓடத் தொடங்கினாள்.

''அய்யோயோ.... அய்யோயோ...'' என்ற அவளது அலறல் சத்தம் கிழக்கிலிருந்து தொடர்ந்து கேட்டுக் கொண்டே இருந்தது.

கண்ணப்பா வெள்ளையம்மாவை கைப்பிடித்த புதிதில் தரையில் கால் படாமல் மிதந்தான். கண்ணப்பாவை விட அவள் ஒரு விரற்கடை அளவு உயரம். பெயருக்கேற்ப அவரை விட சற்றுத் தூக்கலான நிறம். காட்டுக் குதிரையைப் போன்ற நடை. திருமணமாகி அவனோடு அவள் அந்த ஊருக்கு வந்தபோது எத்தனையோ பேரின் ஏக்கப் பெருமூச்சுகளைத் தின்றாள். அப்போதெல்லாம் கண்ணப்பா ஒரு ஜில்லாவுக்கே சொந்தக்காரனைப் போல... ஒரு வைரச் சுரங்கத்தின் அதிபதியைப் போல நெஞ்சை நிமிர்த்திக் கொண்டு நடந்தான்.

அவர்களுக்கு இருக்கிற அரைக்காணி நிலத்தில் விளைகிற கேழ்வரகும், நெல்லும், வேர்க்கடலையும்தான் அவர்களுக்கான வாழ்வாதாரம். அது போதாது என்றுதான் அவன் கூலிக்கும் ஏர் ஓட்டப் போனான். அவளும் 'நடவு நட, களை எடுக்க, கதிர் அறுக்க' எனக் கூலி வேலைகளுக்குப் போனாள்.

கடந்த ஆண்டு வரை எல்லோரையும் போல அவளும் வீட்டில் சோறாக்கினாள். குழம்பு வைத்தாள். மாடுகளுக்கு புண்ணாக்கு வைத்து தண்ணீர் காட்டினாள். செதுக்காம்பாறையால் பச்சைப் புல் செதுக்கி வந்து மாடுகளுக்குப் பிரியத்தோடு போட்டாள். மாமியார் சாலம்மாவுக்கு வேளாவேளைக்குத் தட்டில் சாப்பாடு போட்டு வைத்தாள். ஊர்க்காரிகளுடன் வயல்களிலும், தெருவிலும் கதை பேசினாள். கண்ணப்பாவை சதா சர்வ நேரமும் கிறக்கத்தோடு

பார்த்தாள். ஊர் அடங்கிய பிறகு சாரைப் பாம்பைப் போல அவனுடன் பின்னிப் பிணைந்து சரசமாடினாள்.

அவர்கள் ஜோடியாக தெருவில் போகும்போதெல்லாம் ‘ஊர்க்கண்கள்’ படும் என்று அவர்களை கிழக்கைப் பார்த்து நிற்க வைத்து திருஷ்டி சுத்திப் போட்டாள் சாலம்மா.

அவள் நினைத்ததைப் போலவே யார் கண்கள் பட்டனவோ...? திருமணமாகி எட்டு ஆண்டுகள் கடந்தும் அவர்களுக்கு குழந்தை வரம் கிடைக்கவே இல்லை.

வெள்ளையம்மாவும் வேண்டாத தெய்வமில்லை. நடுங்கும் மார்கழி மாத அதிகாலைக் குளிரில் தினமும் குளத்தில் முழுகி ஈரம் சொட்டச் சொட்ட பொன்னியம்மன் கோயிலைச் சுற்றினாள். ஒவ்வொரு கெங்கையம்மன் திருவிழாவிலும் கரகத்தைச் சுற்றிவந்து அம்மனிடம் வேப்பிலை வாங்கிக் கசகசவென மென்று தின்றாள். அரச மரத்தையும், வேப்ப மரத்தையும் வருடக் கணக்கில் சுற்றினாள்.

‘‘அவர்கள் வம்சத்தில் குழந்தை இல்லாமல் யாருமே இல்லை என்பதால் சீக்கிரத்தில் குழந்தை பிறந்துவிடும்’’ என்று திடமான நம்பிக்கையோடுதான் இருந்தான் கண்ணப்பாவும்.

ஆனால், ஒன்பதாவது வருடத்தில் ஒரு கோடை நாளின் காலையில் தெருத்திண்ணையில் உட்கார்ந்து சத்தமாகச் சிரிக்கத் தொடங்கினாள் வெள்ளையம்மா. எதையோ நினைத்துக் கொண்டு விளையாட்டாகச் சிரிக்கிறாள் என்றுதான் எல்லோருமே நினைத்தார்கள். ஆனால் அந்தச் சிரிப்பு மணிக்கணக்காய் தொடர்ந்தது. சிரிப்பென்றால் சாதாரணச் சிரிப்பல்ல. வெங்கலக் குடத்தில் பித்தளைச் சொம்பைப் போட்டு உருட்டுவதைப் போல கடகடவென்ற சிரிப்பு. இடைவிடாத ஓங்காரச் சிரிப்பு.

அப்படிச் சிரித்தபடியே தெருவில் இறங்கி கிழக்கும் மேற்குமாய் அவள் ஓடத் தொடங்கியபோது... 'குழந்தை பிறக்காத ஏக்கத்தில் அவளுக்குப் பைத்தியம் பிடித்திருக்கலாம்' என, இதே தேசிகாமணி வைத்தியர்தான் சொன்னார். ஏதேதோ மருந்துகள் கொடுத்தார். வேப்பிலை அடித்து விபூதி பூசினார். 'பேய் பிடித்திருக்கலாம்' என்று கூட சிலர் பேசிக்கொண்டனர்.

இப்படி ஆறு மாதங்கள் 'தொண்டை, புண்ணாகி ரத்தம் கசியக் கசிய' தொடர்ந்து சிரித்துக் கொண்டே இருந்தாள். அந்த நாள்களில் யாராவது சாப்பாடு போட்டுவைத்தாலும் அதை அப்படியே கீழே கொட்டிவிட்டுச் சிரிப்பாள். அவளாக எப்போதாவது நினைத்துக் கொண்டு கொஞ்சம் களியோ, சோறோ அரைகுறையாக சாப்பிட்டால்தான் உண்டு.

கண்ணப்பாவும், அவர் அம்மா சாலம்மாவும் ஒவ்வொரு நாளும் திகில் பிடித்துப்போய்க் கிடந்தனர். சாலம்மா குல தெய்வத்தை எல்லாம் வேண்டினாள். கண்ணப்பா பல வைத்தியர்களிடம் போய் மருந்துகள் வாங்கி வந்தார். ஆனால் அவற்றை எல்லாம் அவளைச் சாப்பிட வைக்க அவரால் முடியவில்லை.

ஆனாலும் என்ன அதிசயம் நடந்ததோ.... அடுத்த ஆறாவது மாதம் ஒரு நாள் விடியலில்.... ஒரு பெருந்தூக்கத்தில் இருந்து விழித்தெழுந்தவளைப் போல திடீரென எழுந்து வீட்டைப் பெருக்கினாள். தலைக்குமேல் தொங்கிய நூலாம்படைகளை தென்னந்துடைப்பத்தால் அடித்துச் சுத்தம் செய்தாள்.

வீட்டிலும் வயலிலும் வழக்கம்போல எல்லா வேலைகளையும் இழுத்துப் போட்டுக்கொண்டு செய்தாள். கூலி வேலைகளுக்கும் போனாள். அதைப் பார்த்து எல்லோருமே உச்சி குளிர்ந்து போனார்கள்.

கவிப்பித்தன்

குல தெய்வத்துக்கு நேர்ந்து கொண்ட நேர்த்திக் கடன்களை எல்லாம் கண்கள் கலங்கியபடி செய்தாள் சாலம்மா.

ஆனால், அவை எல்லாமே அடுத்த சில மாதங்கள் தான் நீடித்தன. மீண்டும் ஒரு அமாவாசை நாளின் அதிகாலையிலிருந்து பழையபடி சிரிக்கத் தொடங்கினாள். தெருவில் போவோரைத் திட்டுவதும், வீட்டுச்சாமான்களை எடுத்து விசிறியடிப்பதும், தெருவில் கத்திக்கொண்டு ஓடுவதுமாகத் தொடர்ந்தாள்.

ஒரு நாள் மாலையில், ராணுவ வீரனைப்போல கைகளை வீசி வீசி நடந்து பக்கிரி மலையையும், மகேந்திரவாடி ஏரிக்கால்வாயையும் கடந்து இரண்டு மைல் தூரத்தில் உள்ள நெடுஞ்சாலைக்கே போய்விட்டாள். தகவல் தெரிந்து பதறியபடித்து ஓடி.... சாலையில் ஓடும் லாரிகளையும் பேருந்துகைளையும் வேடிக்கைப் பார்த்தபடி நின்றிருந்தவளிடம் நைசாகப் பேசி... அங்கிருந்து அழைத்து வந்தான் கண்ணப்பா.

ஒரு மார்கழி மாதத்தின் காலையில் ஊசிக் குளிரில் ஊரே விரைத்துக் கிடந்தது. அந்த அதிகாலையில் புடவையோடு குளத்தில் இறங்கி ஆனந்தமாகக் குளிக்கத் தொடங்கினாள். கடகடவென்று எக்காளமிடும் சிரிப்பு வேறு. மழையில் நனைந்த முள்ளங்கியைப் போல மதமதப்பான உடல் தண்ணீரில் மிதந்து பளபளக்க... கட்டுக் குலையாமல் திமிறிக் கிடந்த அவளது மேனியைப் பார்த்த பல கண்களில் போதைச் செவ்வறி படரத் தொடங்கியது. மணிக்கணக்காய் அவள் அந்த ஜில்லிடும் தண்ணீரில் மிதக்க... 'ஜன்னி வந்து செத்துப் போய்விடுவாளோ?' என பயந்தனர் ஊர்ப் பெண்கள்.

தகவல் தெரிந்து ஏர் ஓட்டுவதை நிறுத்திவிட்டு குளத்திற்கு ஓடிய கண்ணப்பா அவளது தலை முடியைப் பிடித்து தரதரவென மேலே

இழுத்து வந்தான். ஆத்திரத்தில் 'பளார் பளார்' என, அவள் தாடையில் அறைந்தான். ஆனால் அவளுக்கு எதுவுமே உரைக்கவில்லை.

அவனுக்குள் துக்கம் பீறிட்டது. ஈரம் சொட்டச் சொட்ட அவளை வீட்டுக்கு இழுத்து வந்தான். இனியும் அவளை 'வெளியில் நடமாட விடுவது ஆபத்து' என, அவன் மனம் அலறத் தொடங்கியது.

பரம்படிக்கும் சங்கிலியை அவிழ்த்து அவளது வலது காலில் மாட்டி அதை வீட்டின் கதவில் கட்டினான். கால்களை உதறிக்கொண்டு நீண்ட நேரம் நின்றபடியே கத்திய வெள்ளையம்மா பின்னர் கீழே உட்கார்ந்து சிரிக்கத் தொடங்கினாள்.

"நைனா.... இப்டி இந்த பைத்தியத்த எத்தினி நாளிக்கிடா தலைல கட்டிகினு அய்வ...? உட்டுத் தொல்ச்சிட்டு வேற ஒரு கெல்யாணம் பண்ணிக்கிடா...." என்று அவரிடம் மெதுவாக பேச்சை ஆரம்பித்தாள் சாலம்மா.

"மா... இன்னா பேசிகினு கீற நீ...? பச்சக் கொயந்த மாதிரி கீது அது... அதக் கைவுட்டுட்டா? அந்த பாவம் காலா காலத்துக்கும் நம்பக் காலதாங் சுத்தும்..." அதட்டினான் அவன்.

"அதுக்குனு எவ்ளோ நாளிக்கிடா இப்டியே பாத்துகினு இர்ப்ப...? வள்ளிக் கொடி மாதிரி நம்பக் கொடி வளங்க வாணாமா...? உன்னோட நம்ப வம்சங் அத்துப் பூட்ணமா...?" அவரிடம் கேட்டுவிட்டு ஒப்பாரி வைத்து அழத் தொடங்கினாள் கிழவி.

ஒரு குழந்தை பிறந்துவிட்டிருந்தால் கூட எங்காவது ஒரு மூலையில் கத்திக் கொண்டு கிடக்கட்டும் என்று நிரந்தரமாகக் கட்டி வைத்து விடலாம்.

கவிப்பித்தன்

''இனிம வேற வயி இல்லபா... ராத்திரில சங்கிலிய அவுத்து உட்ரு... எங்கனா கண்காணாத ஊருக்கு போயிடட்டும்....'' என்றனர் பங்காளிகள்.

அதை நினைத்துப் பார்க்கவே அவன் மனம் நடுங்கியது. ஒரு பைத்தியத்தைக்கூட இந்த ஊரை நம்பி எப்படி வெளியில் விட்டு விடமுடியும்...?

''ஏம்பா... நானு ஒரு வயி சொல்ட்டுமா...? தலைல சில்லுனு பச்சத் தண்ணிய ஊத்தி.... நடு உச்சில சர்ரக்குனு கத்தியால அற்த்து... அந்த காயத்துல எலுமிச்சம் சாறு உட்டம்னா... சுர்ருனு வலி மூளைக்கு ஏறும்... அந்த அதிர்ச்சில பயித்தியம் தெளிஞ்சி பூடும்.... அப்பறம் உங்கள புட்ச்ச கீடு எல்லாமே உட்ரும்...'' என்றார் வைத்தியர் சிகாமணி.

அதைக் கேட்டதும் பதறிவிட்டான் கண்ணப்பா.

''மூள கலங்கிப் போய்க் கீற பொம்பளத் தலயில எப்டிபா கத்தில அறுக்க முடியும்...? அதுக்கெல்லாம் நானு ஒத்துக்க மாட்டங்...

''இப்டிதாம்பா நடுத்தெரு சுப்பு ஊட்டு மாடு ஒரு வாட்டி செவுண்டு செவுண்டு பட்த்துகினு இர்ந்திச்சி... எவ்ளோ அசக்கி அசக்கிப் பாத்தாலும் எய்ந்துக்கல... நாலு பேரு புட்ச்சி தூக்கி உட்டாலும் நிக்கல... நாந்தாங் நாலு பச்ச மொளகாய அரச்சி, அது கூட எலுமிச்சம் பயம் சாறு கல்ந்து மாட்டு காதுல உட்டங்... திகீர்னு காதுல எறங்கிச்சோ இல்லியோ... துள்ளி எய்ந்து நின்னுட்ச்சி மாடு...''

''அய்யோ.... அந்த பாவத்த வேற பண்ணியா நீ...? வாயில்லாத ஜீவன இப்டிலாமா கொடும பண்ண....? எம்பொண்டாட்டி பைத்திமாவே கூட இரந்துட்டுப் போவட்டும்... தலைய கீய்க்கிற வேலல்லாம் வாணா....'' கறாராகச் சொல்லிவிட்டான் கண்ணப்பா.

‘‘இதுகூட கரண்டு சாக் குடுக்கற மாதிரிதாம்பா... பெரியாஸ்பத்திரில ஒடம்ப அற்த்து வைத்தியம் பாக்கலியா...? அற்த்துட்டு விபூதி போட்டா நாலு நாள்ல புண்ணு ஆறிப்புடும்...’’

‘‘டே நைனா....! வைத்திரு சொல்ற மாதிரி ஒரு வாட்டி செஞ்சிதாங் பாக்கலாண்டா...?’’ என நச்சரித்தாள் கிழவி. அதற்குப் பிறகும் மனசே இல்லாமல்தான் ஒத்துக் கொண்டான்.

மூர்ச்சை தெளிந்து எழுந்த கண்ணப்பா திக்கைப் பூண்டை மிதித்துவிட்டதைப் போல விழித்தான். அதற்குப் பிறகும் ‘வெள்ளையம்மாவுக்கு பைத்தியம் தெளியவில்லை’ என்று தெரிந்ததும் மடேர் மடேர் என தலையில் அடித்துக் கொண்டு அழத் தொடங்கினான்.

தெருவில் ஓடிய வெள்ளையம்மா அப்படியே திரும்பி ஏரிப்பக்கம் ஓடி, கரையில் உட்கார்ந்து அழுவதாகச் சொன்னார்கள்.

ஏரிக்கரைக்கு ஓடினான் கண்ணப்பா. பெரும் புதராக வளர்ந்திருந்த சீமைக் கருவேல மரங்களுக்குக் கீழே ஒரு பாறாங்கல்லின் மீது உட்கார்ந்திருந்தாள். தலை விரிந்து கிடக்க... பத்ரகாளியைப் போல பார்க்கவே பயமாக இருந்தது. அவளின் ஊளைச்சத்தம் அவனின் இதயத்திற்குள் ஊசியைப் போல இறங்கியது.

அவனைப் பார்த்ததும் இன்னும் ஆங்காரமாகக் கத்தத் தொடங்கினாள். பயந்து பயந்துதான் அவளை நெருங்கினான். தைரியத்தை வரவழைத்துக் கொண்டு எட்டி அவளது வலது கையைப் பிடித்து மெதுவாக இழுத்தான். அதிசயமாய் எவ்வித முரண்டும் செய்யாமல் எழுந்து அவனோடு நடந்தாள்.

வீட்டுக்கு வந்ததும் அதே சங்கிலியால் மீண்டும் அவளைக் கட்டிப் போட்டான்.

அவனுக்கு மனசு விட்டுப்போனது.

''நைனா...! இதுக்கு மேல நாம இன்னாதாண்டா பண்றது...?'' என்றாள் கிழவி.

இயலாமையோடு கிழவியைப் பார்த்தான்.

''அவுத்து உட்டுர்ரா... எங்கனா போயி கண்காணாம பஸ்லயோ... லாரிலியோ மாட்டிகினு சாவட்டும்....''

''அப்டி செத்துட்டா பரவால்லியே.... வேற எதுனா ஆனா...?''

''இல்லனா சோத்துல நாலு துளி இன்ட்ரி கல்ந்து குட்த்துட்லாமா....?''

''அய்யோ...''

''தரதரனு இஸ்த்துகினு போயி கண்த்துல தள்ளி உட்டுர்ரா...''

''அவளுக்குதாங் நல்லா நீச்சிலு தெரிமே....''

''கால்ல கல்லக் கட்டி தள்ளி உட்ரு....''

''ஏம்மா....! அவ எதிர்லியே இப்டிலாம் பேசிறியேமா...?''

''பைத்தியத்துக்கு இதல்லாங் ஒண்ணும் புரியாதுரா....''

மறுநாள் வெள்ளிக் கிழமை. மதிய நேரம். மிளகாய்ச் செடிகளுக்கு களை கொத்திக் கொண்டிருந்தான் கண்ணப்பா. உச்சியில் காய்ந்து கொண்டிருந்த சூரியன் மந்தமாய் இருந்தான். ஆனால் அவன் மனசு தகித்துக் கொண்டிருந்தது. கைகள் களை கொத்திக் கொண்டிருந்தாலும்

கவனம் அதில் இல்லை. கிழவி சொன்னவை எல்லாம் அவன் மனசுக்குள் மோதிக் கொண்டிருந்தன.

பிள்ளை பிறக்காத பைத்தியத்தை எத்தனை நாள்களுக்குத்தான் சங்கிலியில் கட்டி வைத்து காவலிருப்பது...?

கிழவி சொல்வதைப் போல எப்படியாவது அவள் செத்துப்போனால் எல்லோருக்குமே நல்லதுதான்.

அதற்காக இவ்வளவு தூரம் அவளை இழுத்து வந்து கல்லைக் கட்டி கிணற்றில் தள்ள முடியுமா....? யாராவது பார்த்துவிட்டால் போலீஸ் கேசாகிவிடுமே?

மிளகாய்ச் செடிகளுக்காக வாங்கி வந்த பூச்சி மருந்து வீட்டில் இருக்கிறது. அதில் நான்கு துளிகளைச் சோற்றில் கலந்து கொடுத்துவிட்டால் போதும். கிழவி சொன்னதைப்போல வெளியில் தெரியாமல் கதை முடிந்துவிடும். காலம் பூராவும் கத்திக் கொண்டு கிடக்காமல், எவரிடமும் சிக்கிச் சீரழியாமல் அவளும் போய் சேர்ந்துவிடுவாள்.

'அப்படித்தான் செய்யவேண்டும்' என்று நினைத்துக் கொண்டான். மேக மூட்டம் விலகி மனசு தெளிவது போல இருந்தது.

அப்போது ஏதோ அரவம் கேட்பதைப் போல உள்ளுணர்வு உறுத்த... மெதுவாகத் தலையை உயர்த்திப் பார்த்தான்.

பகீரென்றது.

கிணற்று மேட்டின் மறுபக்கம் அவனையே பார்த்தபடி வெள்ளையம்மா நின்றிருந்தாள். அவனுக்குத் தலை உச்சியில் பரபரவென வேர்க்கத் தொடங்கியது. அவள் எப்படி அங்கே வந்தாள்...? அவளை யார் அவிழ்த்து விட்டது...?

புரியாமல் அவளை உற்றுப் பார்த்தபடி குழப்பத்தோடு எழுந்து நின்றான்.

சட்டென்று தன் இரண்டு கைகளையும் உயர்த்தி அவனைக் கும்பிட்டாள். அவள் முகம் நிர்மூலமாக இருந்தது. அதைப் பார்த்ததும் அவனுக்கு மேலும் அதிர்ச்சியாக இருந்தது.

அடுத்த நொடி சட்டென்று எகிறி கிணற்றில் பாய்ந்தாள். அடுத்த சில நொடிகளில் 'கிணற்றில் தொபீர்' என்ற பெருஞ்சத்தம்.

அதிர்ச்சியில் அப்படியே சிலை போல நின்றான். சில முழு நொடிகள் அப்படி நின்றிருப்பான். திடீரென தலையை உதறிக் கொண்டு ஓடிப்போய் கிணற்றை எட்டிப்பார்த்தான்.

பலப்பல வளையங்களாய் மேற்பரப்பு சுழன்று கொண்டிருக்க.... தண்ணீர் தத்தளித்துக் கொண்டிருந்தது. கிணற்றின் ஆழத்திலிருந்து மேலெழுந்த நீர்க்குமிழிகள் வேகவேமாய் மேற்பரப்பில் வெடித்துக் கொண்டிருந்தன.

சுற்றும் முற்றும் பார்த்தான். யாருமே இல்லை. கிணற்றின் கிழக்கு மேட்டில் இருந்த எட்டி மரத்தில் இரண்டு காகங்கள் மட்டும் கிளைகளில் தாவியபடி அவனையே பார்த்துக் கொண்டிருந்தன.

எதுவோ அவனை உலுக்க, சட்டென்று எகிறி கிணற்றில் பாய்ந்தான். மூச்சை அடக்கியபடி நீரின் அடி ஆழத்துக்கு நீந்தினான். அது, அறுபதடி கிணறு. நாற்பது அடிக்கும் மேல் தண்ணீர் இருந்தது.

இரண்டு கண்களையும் திறந்து பார்த்தபடியே கீழே கீழே நீந்தினான். குறுக்கில் நீந்திய ஜிலேபி, விரால் மீன்களைக் கடந்து கீழே போனான்.

கிணற்றின் அடி ஆழத்தில் தரையோடு தரையாக நீள வாக்கில் குப்புறப் படுத்தபடி கிடந்தது வெள்ளையம்மாவின் உடல். 'விலுக் விலுக்' என கால்களை உதைத்துக் கொண்டிருந்தாள். கைகள் நீச்சலடிப்பதைப் போல துழாவிக் கொண்டிருந்தன. சட்டென்று வலது கையை கீழே நீட்டி அவளது தலை முடியைப் பிடித்து மேலே இழுத்தான். உடல் அசையவே இல்லை. மூச்சை அடக்கி முழு பலத்தோடு மீண்டும் இழுத்தான். அவனால் அவள் உடலை அசைக்கவே முடியவில்லை.

அவனுக்கு மூச்சு முட்டத் தொடங்கியது. மற்றவர்களை விட அவனால் நீண்ட நேரம் மூச்சடக்க முடியும். என்றாலும் பதட்டத்தில் அவனுக்கும் மூச்சு முட்டியது.

வெள்ளையம்மாவின் வயிற்றுப்பக்கம் கையை நுழைத்து சிரமத்தோடு உடலைப் புரட்டினான். திக்கென்றது. வயிறு உப்பியிருந்தது. அழுத்திப் பார்த்தான். பெரிய கல். வயிற்றில் கல்லைக் கட்டிக் கொண்டு குதித்திருக்கிறாள்.

அவளை ஒட்டிப் படுத்தபடி கல்லை அகற்ற முயன்றான். கயிற்றின் முடிச்சை அவனால் கண்டறிய முடியவில்லை. மனநிலை தவறிப்போன அவளால் எப்படி கல்லைக் கட்டிக்கொண்டு குதிக்க முடியும்...? அவனுக்கு தலை கிறுகிறுத்தது. கயிற்றின் முடிச்சை தேடுவதைவிட அவன் மனசு விடையைத் தேடியது.

அவனுக்கு மேலும் மூச்ச முட்டத் தொடங்கியது. மேலே திரும்பிப் போ எனக் கட்டளையிட்டது அவன் மூளை.

வேகமாகத் தண்ணீரைத் துழாவிக் கொண்டிருந்த வெள்ளையம்மாவின் கைகள் சரியத் தொடங்கின. அந்த கணத்தில் அவனுக்கு எதுவோ புரியத் தொடங்கியது.

சட்டென்று கையை நீட்டி அவளின் வலது உள்ளங் கையைப் பற்றினான். அவள் விரல்களோடு தன் விரல்களைப் பின்னிக் கொண்டான். அவன் மனசு விம்மத் தொடங்கியது.

அவனது நுரையீரல்களும் மூளையும் காற்றுக்காக வேகமாகத் துடிக்கத் தொடங்கின. மீண்டும் கயிற்றின் முடிச்சைத் தேடத் தொடங்கினான். இடுப்பின் வலது பக்கம் இருந்தது முடிச்சு. சரசரவென அதை அவிழ்த்தான். அது அவிழ்கிறபோதே அவனுக்குள்ளும் பல முடிச்சுகள் அவிழத் தொடங்கின. கல்லைப் புரட்டிப் பக்கவாட்டில் தள்ளினான்.

அவள் கையைப் பிடித்து இழுத்தான். இப்போது அவள் உடல் லேசாகி அவனோடு மேலே வரத் தொடங்கியது.

பரிகாரம்

தாண்டவராயன் கைகளைத் தொடைகளுக்கிடையில் நுழைத்துக்கொண்டு சுருண்டு படுத்திருந்தார். தூக்கம் வரவில்லை. ராத்திரி குடித்த குவார்ட்டர் பிராந்தியின் வீரியம் நடு இரவிலேயே காலாவதி ஆகிவிட, அப்போதிலிருந்து தூக்கம் வராமல் வெறுந் தரையில் புரண்டு கொண்டிருந்தார்.

வைகாசி மாதப் புழுக்கம், கசகசவென உடலெல்லாம் ஒரே எரிச்சல். புரண்டு புரண்டு விடிவதற்காகக் காத்திருந்தார். காற்றில் லேசாக ஈரம் சேரத் தொடங்கிய போது நான்கு வீடுகள் தள்ளி ஒரு சேவல் நீளமாகக் கூவியது. அவர்மனம் எழுந்து கொள்ள நினைத்தாலும் உடல் அலுப்பாக இருந்தது.

சற்றுத் தள்ளி அவர் மகன் தண்டபாணி கை கால்களை விரித்தபடி அசந்து தூங்கிக் கொண்டிருந்தான். மசமசத்த இருட்டில் அவன் அப்படி தூங்குவதைப் பார்த்தவருக்குப் பொறாமையாக இருந்தது. 'இரண்டு குவார்ட்டர்கள் குடித்திருப்பான்' என்று நினைத்துக் கொண்டார்.

கவிப்பித்தன்

அவரும் இரண்டு குவார்ட்டர் குடித்திருந்ததால் அவனைப் போல விடிந்த பிறகும் சுகமாகத் தூங்கியிருப்பார். ஆனால், அந்த ஒரு குவார்ட்டரைத் தேற்றவே; ‘அவர் பாடு’, பெரும்பாடானது.

தூரத்தில் ஒரு தெருநாய் குரைப்பது சன்னமாகக் கேட்டது. அதனைத் தொடர்ந்து மேலும் சில நாய்கள் குரைக்கத் தொடங்கின. வீட்டின் பின்புறம் உள்ள அவுஞ்சி மரத்தில் ஆந்தைகள் ‘கிச கிச கிச’ வென கத்தத் தொடங்கின.

‘‘நல்ல காலம் பொறக்குது...... நல்ல காலம் பொறக்குது.... இந்த ஊட்டுக்கு நல்ல காலம் பொறக்குது....’’ என்ற அழுத்தமான குரல் தெருவின் மேற்குப் பக்கமிருந்து மெதுவாகக் கேட்டது.

குடுகுடுப்பைக்காரன். அவரது வீட்டுக்கு மேற்கிலிருக்கும் சுப்பிரமணி வீட்டின் முன்பாக நின்று சொல்லிக் கொண்டிருக்கலாம்.

‘‘சே... இவனுக்கு வேற வேல இல்ல... வன்ட்டாங் காலங்காத்தால...’’ என்று நினைத்துக்கொண்ட தாண்டவராயன் புரண்டு மல்லாக்கப் படுத்தார்.

சற்று நேரம் வீட்டின் கூரையைப் பார்த்த படி அசைவின்றி கிடந்தார். வைரம் பாய்ந்த வேப்பமர உத்திரமும், கறுத்த பனங்கழிகளும் வழவழப்பாய் இருட்டின் நிறத்திலேயே தெரிய, அதன் மீது படுக்க வைக்கப்பட்ட ரீப்பர் கட்டைகளும் அழுக்கேறி அதே நிறத்திலிருந்தன. ஓடுகள் விலகி விரிசல் கண்டிருந்த தென்புறக் கூரை இடைவெளியில் ஒரு நட்சத்திரம் சோம்பலாய் மின்னியது.

‘‘கெட்ட காலம் பொறக்குது... கெட்ட காலம் பொறக்குது...’’ அதே குடுகுடுப்பைக்காரனின் குரல். இப்போது அவருக்கு நெருக்கமாகக் கேட்டது.

‘‘கெட்ட காலம் பொறக்குது... கெட்ட காலம் பொறக்குது.... இந்த ஊட்ல ஒரு காவு கேக்குறா..... ஜக்கம்மா காவு கேக்கறா...’’ ஆங்காரமாகக் கத்தியவன் தன் குடுகுடுப்பையை டுர்ர்ர்ர்...... டுர்ர்ர்ர்.... என நீளமாக அடித்தான்.

அந்தக் குரல் அப்போது மேலும் நெருக்கமாக, அவர் வீட்டுக் கதவுக்கு முன்னாலிருந்து கேட்டது.

‘பகீரெ’ன்றது தாண்டவராயனுக்கு. குடுகுடுப்பைக்காரன் சொன்னது யாருடைய வீட்டைப் பார்த்து...?

சடாரென எழுந்து மரக் கதவின் கொண்டியைத் தள்ளித் திறந்தார். குடுகுடுப்பைக்காரன் அவர் வீட்டு வாசலில்தான் நின்றிருந்தான். அவன் தாண்டவராயனைப் பார்த்ததும் மீண்டும் உக்கிரமாகக் குடுகுடுப்பையை ஆட்டினான்.

‘‘இந்த ஊட்டுக்கு வாசலு செரியில்ல... இது இன்னொரு காவு கேக்குது... காவு கேக்குது....’’ என்று மீண்டும் ஒரு முறை மிக நீளமாகக் குடுகுடுப்பையை அடித்துவிட்டு, அவரை ஒரு தீர்க்கமான பார்வை பார்த்தான். சட்டென்று திரும்பிப் பக்கத்து வீட்டை நோக்கி நடந்தான்.

அடுத்த வீட்டின் கதவுக்கு முன்னால் போய் நின்று ‘‘நல்ல காலம் பொறக்குது.... நல்ல காலம் பொறக்குது.... இந்த ஊட்ல ஒரு மங்கள காரியம் நடக்கப் போவுது... மங்கள காரியம் நடக்கப் போவுது...’’ என குடுகுடுப்பையை ஆட்டினான்.

தாண்டவராயனுக்கு நெஞ்சு பதறத் தொடங்கியது. தன் வீட்டின் முன்பாக மட்டும் அவன் ஏன் அப்படிச் சொன்னான்....? காவு கேட்கிறது என்றால் என்ன அர்த்தம்? சாவு விழுப்போகிறதா....? அய்யோ... மீண்டுமா...? அப்படி என்றால் யார்...?

அவர் வீட்டில் இருப்பது அவரும், அவரது மகன் தண்டபாணியும் மட்டும்தான். தண்டபாணிக்கு நாற்பது வயது. அவருக்கு அறுபத்தெட்டு.

தண்டபாணி, பக்கத்து டவுனுக்கு சித்தாள் வேலைக்குப் போகிறான். வாரத்தில் இரண்டு மூன்று நாள்கள்தான் வேலைக்குப் போவான். அதை வைத்துக் கொண்டு வாரத்தின் ஏழு நாளும் குடிப்பான். போதவில்லை என்றால் யாரிடமாவது கடன் வாங்குவான்.

அவன் மனைவி வள்ளி அவனோடு ஆறு வருடங்கள்தான் வாழ்ந்தாள். ஒரு ஆணும், ஒரு பெண்ணுமாய் இரண்டு குழந்தைகளைப் பெற்றாள். கட்டியவனின் கையாலாகாத் தனத்தினால் அவளும் விவசாயக் கூலி வேலைக்குப் போனாள். அந்த வருமானத்தில் தினமும் களியோ? சோறோ? பொங்கி வைப்பாள்.

தாண்டவராயன் தனது மனைவி விசாலம் இருந்தவரை சிப்காட்டில் ஒரு தோல் தொழிற்சாலையில் வாட்ச்மேன் வேலைக்குப் போனார்.

தண்டபாணிக்கு கல்யாணமான இரண்டாவது வருடத்தின் ஆனி மாதம். மேற்குத் தெரு கூத்தப்பனின் மானாவரி நிலத்தில் கூலிக்கு வேர்க்கடலை விதைபோடப் போயிருந்தாள் விசாலம். பொழுதிருக்கும் போதே மேகம் கருத்து வானம் இருட்டிக் கொண்டு வந்தது. பெண்கள் மாடுகளுக்கு முன்னும் பின்னுமாய் ஓடி ஓடி ஏர்க்காலில் முத்து முத்தான வேர்க்கடைலை விதையை உதிர்த்துக் கொண்டிருந்தனர். விசாலத்துக்கு அறுபது வயதானாலும் இளம் பெண்களோடு போட்டி போட்டபடி ஓடி ஓடி விதையைத் தூவிக் கொண்டிருந்தாள்.

மழை பிடித்துக் கொண்டால் விதைப்பு பாதியிலேயே நின்று விடுமே? என்று கூத்தப்பன் விசனப்பட, ஏர் பிடித்திருந்தவர்கள் மாடுகளை விரட்டி விரட்டி ஓட்டத் தொடங்கினர். முன் ஏர் பிடித்திருந்த

ஆண்டியப்பனின் சாட்டைக் கோல் விளாசலில் மிரண்டு போன அவனது 'செவலை' எகிறித் தலையைச் சிலுப்ப... ஏரின் முன்னால் நடந்த விசாலத்தின் பின்புறத்தில் அதன் ஒரு கொம்பு சொருகிக் கொண்டது. வலுவான குத்து. வலியில் கதறியபடி ஒரு வாரம் படுக்கையிலிருந்து செத்துப்போனாள் விசாலம்.

அதற்குப் பிறகு தாண்டவராயன் பகலெல்லாம் பொன்னியம்மன் கோயில் குளக்கரையே கதியாகக் கிடந்தார். பீடிக்கும், குடிக்கும் ஊரில் யாரிடமாவது கெஞ்சிக் கொண்டிருப்பார். பொழுது சாய்வதற்குள் ஒரு குவார்ட்டருக்கும், ஒரு கட்டு பெரிய விசிறி பீடிக்கும் எப்படியாவது தேற்றி விடுவார்.

அதற்கடுத்த வருடத்தின் சித்திரை மாத மூன்றாவது வெள்ளி. விடிந்தும் விடியாத கருக்கிருட்டு. பசு மாட்டுக்குப் புல்லறுக்க அறிவாளும் மூங்கில் கூடையுமாய் கொல்லைப் பக்கம் போன 'தண்டபாணியின் மனைவி வள்ளி' சுப்பராயனின் கேழ்வரகு வரப்பில் இறங்கி இருக்கிறாள்.

"வரப்பே தெரியாமல் முட்டி உயர்த்திற்கு அருகம் புல்லும், சாணிப் புல்லும் செழித்திருக்க... அதைப் பார்த்ததும் தானே மாட்டைப்போல குனிந்து புற்களைக் கடித்துக் கடித்துத் தின்னலாமா?" என ஆசை வந்திருக்கிறது. குனிந்தபடி கருக்கறிவாளால் அரக்கப் பறக்க புற்களை அறுத்து அறுத்துக் கூடையில் போட்டிருக்கிறாள். புற்களுக்குள் சுகமாய் நீட்டிப் படுத்திருந்திருக்கிறது ஒரு சுருட்டைப் பாம்பு.

இருட்டில் அதை கவனிக்காமல் ஆதாபாதையாய் புல்லறுத்த வள்ளியின் முழங்கையில் வெடுக்கென்று கடித்திருக்கிறது. கையில் சுருக்கென்று ஒரு வலி. 'ஏதாவது குச்சி குத்தியிருக்கும்' என நினைத்தபடி தொடர்ந்து புல்லறுத்தவள் அந்தப் பாம்பையும் சேர்த்தே அறுத்துக் கூடையில் போட்டிருக்கிறாள்.

கவிப்பித்தன்

கடிபட்ட இடத்தில் ரத்தம் கசிந்து உலர்ந்து போய்விட, வீட்டுக்கு வந்தவள் ஆசை ஆசையாய்ப் புற்களை உதறி உதறி மாட்டுக்குப் போட்டிருக்கிறாள். அப்போதுதான் பாதியில் அறுபட்டுக் கிடந்த முழ நீளப் பாம்பைக் கவனித்திருக்கிறாள்.

நடந்ததை புரிந்து கொண்டவளுக்கு பயத்திலும் விஷத்திலும் திகீரெனெ மாரடைக்க.... மாட்டின் தலைமாட்டிலேயே நெட்டுக் குத்தலாய்க் கீழே சரிந்திருக்கிறாள். வீட்டுக்குள் புரண்டு கொண்டிருந்த தாண்டவராயனுக்கும், தண்டபாணிக்கும் இது எதுவுமே தெரியவில்லை.

ஒரு மணி நேரத்துக்குப் பிறகு பக்கத்து வீட்டுச் சாலம்மாள் கிழவிதான் அதைப் பார்த்துவிட்டு, கத்திக் கூப்பாடு போட்டிருக்கிறாள். அதற்குள் வள்ளியின் உடல் முழுமையும் நீலம் பாரித்துக் கதை முடிந்துவிட்டது.

இப்படி திடுமென வள்ளியும் செத்துப்போன பிறகு, இரண்டு வயதும், ஒரு வயதுமான குழந்தைகள் கவனிப்பாரின்றிச் சீரழிந்தன.

தண்டபாணி எப்போதும் போல எப்போதாவது சித்தாள் வேலைக்குப் போய் நிறை இருட்டில் கரகம் ஆடியபடி திரும்பி வருவான். தாண்டவராயன் குளக்கரையிலேயே தவம் கிடப்பார்.

வீட்டு வாசலில் அழுதுகொண்டு கிடக்கும் குழந்தைகளுக்கு அக்கம் பக்கத்து வீட்டினர் பாவப்பட்டு ஏதாவது போட்டால் அதைச் சாப்பிட்டுவிட்டு, தெரு மண்ணில் அம்மணமாய் ஆடிக் கொண்டிருக்கும். யாரும் எதுவும் போடாத நாள்களில் அழுது அழுது வயிறு உப்பியபடி பசி ஏக்கத்திலேயே தூங்கி விடும். இந்த கோரம் சாத்தம்பாக்கத்தில் இருக்கும் வள்ளியின் அப்பனுக்குத் தெரியவர... அடுத்த மாதமே வந்து இவர்களைக் காரித் துப்பிவிட்டுக் குழந்தைகளைக் கூட்டிப் போய்விட்டார்.

அது இவர்களுக்கு இன்னும் வசதியாகி விட்டது. வள்ளி செத்து ஒரு வருடம் ஓடிவிட்டது. கிழவன் எப்போதாவது ரேசன் அரிசியை அடுப்பில் பொங்கி வைப்பான். அதற்குக் குழம்பெல்லாம் கிடையாது. புளியங் கொட்டைக்குப் பதிலாக குறவனிடம் வாங்கி வைத்த கல் உப்பும், பஞ்சாயத்துக் குழாய் தண்ணீரும் இருக்கவே இருக்கிறது.

தண்டபாணி காலையில் அந்தச் சோற்றை உப்புப் போட்டுக் கரைத்துக் குடித்துவிட்டுக் கிளம்பினால், இரவு திரும்பும் போது சில நாள்கள் இரண்டு பேருக்கும் சேர்த்து இட்லியோ, பரோட்டாவோ பார்சல் வாங்கி வருவான். அதையும் சில நாள்கள் பாதி வழியில் விழுந்து எழுந்து உதறிவிட்டு... அந்தக் கோபத்தில் கல்லையும், மண்ணையும் எட்டி எட்டி உதைத்தபடி வருவான். வந்ததும் தொபீரென கீழே சரிந்து, சட்டென தூங்கி விடுவான். கிழவன் பல நாள்களில் அவனுக்கு முன்பாகவே தூங்கி இருப்பான்.

சூரியனும் சந்திரனும் வழக்கமாக இயங்குவதைப் போல இவர்களின் இந்த தினப்படி இயக்கமும் பிசகாமல் நடந்து கொண்டிருந்தது.

தாண்டவராயனுக்குச் சொந்தமாக இருந்த 'கால்க்காணி, பூர்வீக நிலத்தை' விற்றுத்தான் தண்டபாணிக்குக் கல்யாணம் செய்து வைத்தார். திருமணச் சீராக வந்த பித்தளை அண்டா, தவலை, சொம்பு, மான் மார்க் குடை, தகரப் பெட்டி எல்லாமே முதல் வருடத்திலேயே அடகுக் கடைக்குப் போய் மூத்திரமாகி மண்ணோடு மண்ணாகக் கலந்துவிட்டன.

இப்போது அவர்கள் இருவரும் படுத்துக் கிடக்கும் இந்த இருபதுக்கு பத்தடி பழைய ஓட்டு வீடும், மரக்கதவும், அதன் கருப்பு நிற இரும்புக் கொண்டியும்தான் அவர்களது இன்றையச் சொத்துகள்.

அதைத் தவிர ஆடு, மாடு, கோழி, நிலம், நீச்சு எதுவும் இல்லை. சோறாக்கும் ஒரு நசுங்கிய அலுமினியக் குண்டான், கரி படிந்த இரண்டு மண் சட்டிகள், ஒரு பிளாஸ்டிக் குடம், இரண்டு ஸ்டீல் சொம்புகள், இரண்டு எவர்சில்வர் தட்டுகள் ஆகியன அவர்களது கூடுதல் அசையும் சொத்துகள்.

திண்ணையில் உட்கார்ந்த தாண்டவரயனுக்கு மனசு திக்திக்கென அடித்துக் கொண்டது. 'ஜக்கம்மா, ஒரு காவு கேக்குறா...' என்ற குடுகுடுப்பைக்காரனின் குரல் அவர் காதுகளில் கேட்டுக் கொண்டே இருந்தது.

வீட்டில் இருக்கிற இரண்டு பேரில் யாரை காவு கேட்பாள் ஜக்கம்மா....? இருப்பதில் வயதானவர் அவர்தான். அய்யோ! என துணுக்குற்றது அவர் மனம்.

அப்படி நினைத்ததும் அவருக்கு மேலும் படபடப்பானது. நெஞ்சும், முகமும் வியர்த்தது. அவரது நெற்றி நரம்புகள் விண் விண்ணென்று துடித்தன. நடு உச்சியில் பரபரவென ஏதோ பூச்சி ஊர்ந்தது.

சட்டென எழுந்து வீட்டுக்குள் போனார். கை கால்களை பரத்தியபடியே அப்போதும் தூங்கிக் கொண்டிருந்த தண்டபாணியைப் பார்த்தார். சட்டென்று குனிந்தார்.

''டேய் நைனா.... டேய்.... எய்ந்திர்ரா...'' என்று அவனது வலது கையைப் பிடித்து உலுக்கினார்.

கால்களையும், கைகளையும் விரைப்பாய் நீட்டி, சோம்பல் முறித்த தண்டபாணி மிகுந்த சிரமத்தோடு கண்களைத் திறந்தான்.

''ன்னா... இன்னாத்துக்கு இப்ப எய்ப்ற...?'' என்றான் எரிச்சலோடு. அவன் முகம் கோணலாகிக் குறுக... கண்களில் வெறுப்பு வழிந்தது.

‘‘புடுபுடுகாரங் வந்தாண்டா...’’

‘‘வர்ட்டுங்... அதுக்கு இன்னா இப்ப...?’’

‘‘டேய்... ஜக்கம்மா இந்த ஊட்ல ஒரு காவு கேக்குதுன்னு சொல்றாண்டா...’’

படாரென கண்களைத் திறந்தவன் கிழவனை உற்றுப் பார்த்தான். அவன் விழிகள் இரண்டும் நிலைக்குத்தின. பின்னர் கருவிழிகள் லேசாக அசைந்தன.

‘‘காவு கேக்குதா....? ம்... தூ... இதுக்கா இப்டி எய்ப்புற என்ன...? சில்ர இர்ந்தா ஒரு அஞ்சி ரூபா குட்த்து அனுப்பு...’’ என்று சொல்லிவிட்டு மீண்டும் கண்களை மூடிக் கொண்டான்.

அவருக்கு கோபம் கோபமாக வந்தது. என்ன செய்வது? என்று தெரியவில்லை. மீண்டும் திண்ணையில் போய் உட்கார்ந்தார். அவரால் உட்கார முடியவில்லை. பிருஷ்டங்களில் நம நமவென ஒரு எரிச்சல்.

சட்டென எழுந்து தெருவின் கிழக்கைப் பார்த்து சரசரவென நடக்கத் தொடங்கினார். குடுகுடுப்பைக்காரன் அந்தத் திசையில்தான் போனான். பெண்கள் வாசல் தெளித்துக் கொண்டும், மாவுக் கட்டியால் கோலம் வரைந்து கொண்டுமிருந்தனர். தெரு நாய்கள் குறுக்கும் நெடுக்குமாய் ஓடிக் கொண்டிருந்தன. சில குழந்தைகள் வாசலில் கால்களை அகட்டி உட்கார்ந்திருந்தன. கிழக்கில் சூரியன் அதை எட்டிப் பார்த்துக் கொண்டிருந்தான். ஒவ்வொரு வீட்டு வாசலையும் பார்த்தபடி அந்தத் தெருவின் கடைசி வரையிலும் நடந்துவிட்டார். எங்குமே அவனைக் காணவில்லை. அவருக்குள் பதட்டம் கூடியது.

பக்கத்துத் தெருவில் நுழைந்து மேற்கு நோக்கித்திரும்பி நடந்தார். அந்தத் தெருவிலும் அவன் இல்லை. ஊரில் யாரிடமாவது விசாரிக்கவும் அவருக்குத் தயக்கமாக இருந்தது. இது தெரிந்தால் ஊரில்

அதுவே பெரும் பேச்சாகிவிடும். வெறும் வாயையே நாற்பது நாள்களுக்கு மெல்லும் ஊருக்கு ஒரு புகயிலைக் கட்டையைக் கொடுத்துவிட்டால் போதுமே...! எச்சிலை உலர வைத்து, உலர வைத்து ஒரு மாதம் வரைக்கும் மெல்லுவார்களே!

இன்னும் வேகமாக நடந்து குளக்கரையை நெருங்கினார். அலுத்துப் போன ஒரு கிழவியின் தலையையைப் போல... சடை சடையாய் விழுதுகளை விரித்துக் கொண்டு கிடந்த ஆல மரத்தின் கீழே ஆட்கள் யாருமே இல்லை. நான்கு காகங்கள் மட்டும் தரையில் தத்திக் கொண்டிருந்தன. மரத்தின் பின்புறம் நின்றிருந்த இரண்டு நாய்கள் வடக்கைப் பார்த்து தலையை உயர்த்தி... நீளமாய்க் குரைத்துக் கொண்டிருந்தன. அந்தத் திசையில் திரும்பிப் பார்த்தவருக்கு நிம்மதிப் பெருமூச்சு வந்தது.

குடுகுடுப்பைக்காரன் ஆல மரத்தைச் சுற்றிக்கொண்டு... பக்கத்து ஊருக்குப் போகும் தார்ச்சாலையில் நீளமான கருப்புப் பை தோளில் தொங்க நடந்து கொண்டிருந்தான். தாண்டவராயன் ஒரு முடிவோடு அவன் பின்னாலேயே நடந்தார்.

ஊர் எல்லையைக் கடந்த பிறகு நடையை எட்டிப் போட்டு அவனை முந்தி நடந்து குறுக்கில் கையை நீட்டி நிறுத்தினார். அவன் இவரை உற்றுப் பார்த்தான்.

‘‘இன்னாபா...?’’ என்று அதட்டலாகக் கேட்டான் அவன்.

‘‘ஏம்பா...! எங்க ஊட்ல ஒரு காவு கேக்குதுனு சொல்ட்டு கம்னு வன்ட்டியே...? எனுக்கு நெஞ்சி பதறுது... நாங்க யாருக்கு இன்னாபா கெடுதல் பண்ணம்...?’’

கண்கள் நிலை குத்த அவரை உற்றுப் பார்த்தான் அவன்.

‘‘உம் பேரு தாண்டவராயந்தான....?’’

‘‘ஆமாபா...’’

‘‘குறி கேக்கறியா...?’’

‘‘எவ்ளோ...?’’

‘‘இப்ப தச்சணயா பத்து ரூவா மட்டும் வையி..... ஜக்கம்மா வாக்கு சொல்றத வெச்சி அப்பறமா பாக்கலாம்...’’ என்றான். இவர் தயக்கமாகத் தலையாட்டினார்.

பக்கத்தில் நின்றிருந்த ஒற்றை வேப்ப மரத்தடியில் குத்துக் கல்லின் மீது தனது பையை வைத்தான். கீழே சம்மணம் போட்டு உட்கார்ந்தான். அவன் எதிரில் பயபக்தியோடு உட்கார்ந்தார். கண்களை மூடி வாய்க்குள் ஏதோ முணு முணுத்தான். பின்பு கண்களைத் திறந்து சத்தமாய் ராகம் போட்டுப் பாடத் தொடங்கினன்.

‘‘பஜனம் பஜனம் பஜனைக்கு ரார

ரங்கநாதுடா ஆலு வேலு சூலாயுதனே!

நட்சத்திரனே! குருபரனே.....!

தேவுடான மஸ்தான கொண்டு

தாண்டராயரு பேரு ராசிக்கு

ஜாதகம் இப்போ பாக்கப் போனா...’’

என்று தாண்டவராயனின் வலது கையைப் பிடித்து ரேகைகள உற்றுப் பார்தான். மீண்டும் பாடத் தொடங்கினான்.

‘‘உனுக்கு நாளுகு நாளு.... டைமுகு டைமு

நெஞ்சில பாரம்... மனசுல கஸ்டம்....

அதனால இப்ப நீ ஜாதகம் கேக்கற

அதுல ஒண்ணும் மிஸ்டிகு இல்லே....''

அவன் பாடுவதையே பயத்தோடு பார்த்துக் கொண்டிருந்தார் தாண்டவராயன். அவருக்கு வேண்டாத யாரோ ஒரு பங்காளி செய்வினை செய்து அவரது வீட்டு வாசல் படியின் கீழே புதைத்து வைத்திருப்பதாகவும், அதை ஒரு பூதம் கருவண்டு ரூபத்தில் வந்து காவல் காப்பதாகவும் பாடினான்.

''நடு ராத்திரியில கரு வண்டானது

பொய்யும் பொய்யும்னு

ஊட்ட சுத்தி வருது...

அதனால உனுக்கு

முன்னப் போனா பின்ன இசுக்குது...

ஜாணு ஏறுனா மொயம் ஜறுக்குது...

அதனால இப்ப நீ ஜாதகம் கேக்கற

அதுல ஒண்ணும் மிஸ்டிகு இல்லே...''

அவன் தொடர்ந்து பாடப் பாட பிரமித்துப் போய் உட்கார்ந்திருந்தார். அவர் வாழ்ந்த வாழ்க்கையையும், அவர் குடும்பம் பட்ட பாடுகளையும் கால் மணி நேரம் ராகத்தோடு பாடிக் காட்டினான். அதைக் கேட்கக் கேட்க அவர் கண்களில் திரண்டு வந்தக் கண்ணீர் கன்னத்தில் உருண்டு வழிந்தது.

''சாமி....! ஜக்கம்மாவ சாந்தி பண்ணணும். அதுக்கு இஸ்பெசலா ஒரு பூஜ பண்ணணும், தலச்சம் புள்ள மண்ட ஓட்டு மையத் தடவி செய்வினய செஞ்சிக் கீறாங்க.... அத எடுக்கணும்னா நடு ராத்திரில சுடுகாட்ல பூஜ பண்ணணும்... ஊட்டு வாசல தோண்டி அங்க ஒரு பூஜ

போடணும்... ஊட்டு வாசல மாத்தி வைக்கணும்... பூஜைக்கு மட்டும் பத்தாயிரத்துக்கு மேல செலவு ஆவும்......'' என்று சொல்லி விட்டு நீளமாய் மூச்சு விட்டபடி அவரை உற்றுப் பார்த்தான்.

''பத்தாயிரமா...?'' வாயைப் பிளந்த தாண்டவராயன் அப்படியே பேச்சற்றுக் கிடந்தார்.

''பூஜயப் பண்ணாதாங் காப்பாத்தலாம்.... இல்லனா காவு காவுதாங்...'' என்று தன் துணிப் பையைத் தூக்கியபடி சட்டென்று எழுந்துவிட்டான்.

அவருக்கு கை, கால்களில் தட தடவென நடுக்கம்.

''ஏம்பா....! செலவ கொறைக்க முடியாதா...?'' கெஞ்சலோடு அவனைப் பார்த்தார்.

''ம்ஹீம்... பணமா...? உசுரா...? நீதாங் முடிவு பண்ணணும்...'' சொல்லிவிட்டு நடக்கத் தொடங்கி விட்டான்.

அவ்வளவு பணத்துக்கு அவர் எங்கே போவார்....? மனசு திகைத்து நின்று விட்டார். அதற்குள் அவன் பத்திருபது அடிகள் நடந்து போய் விட்டான். சட்டென்று விழித்தவர் போல முன்னால் ஓடி அவனை மறித்தார்.

''ஏம்பா...! ஒரு நாலு நாளு டைம் குடுபா... எதுனா வயி பண்ண முடியுமானு பாக்கறேங்...''

''செரி.... பணத்த ஏற்பாடு பண்ணு சாமி...! ஞாய்த்திக் கெயம நானே வர்ரேங்...'' என்றபடி வேகமாக நடக்கத் தொடங்கி விட்டான்.

சோர்ந்து போய் வீட்டுக்குத் திரும்பி வந்தவருக்கு... ஏழெட்டு எருமை மாடுகள் இறங்கிக் கலக்கிய ஊர்க் குளத்தைப் போல மனசு கலங்கிக் கிடந்தது.

தண்டபாணி அப்போதும் அப்படியே படுத்துக் கிடந்தான். பத்தாயிரம் ரூபாய் புடுபுடுப்பைக்காரனுக்கு. வாசலை மாற்றி வைக்க மேஸ்திரி, சித்தாள் கூலி, செங்கல், மணல், சிமெண்ட் மூட்டைக்கு... ஒரு அஞ்சாயிரம். மொத்தம் பதினைந்தாயிரமாவது ஆகும்.

மனதுக்குள் கணக்குப் போட்டவருக்குத் தலை சுற்றியது. திண்ணையில் போய் உட்கார்ந்தார். அவரை நம்பி ஊரில் யார் கடன் கொடுப்பார்கள்....? எதை நம்பிக் கொடுப்பார்கள்....? அந்த வீட்டைத் தவிர அவர்களிடம் என்ன இருக்கிறது...?

சட்டென்று அவர் மனசுக்குள் மின்னலடித்தது. வீடு. வீடு இருக்கிறது.

துள்ளிக் கொண்டு எழுந்தார். உடனே செயலில் இறங்கினார்.

இரவெல்லாம் தூங்க முடியாத அளவுக்கு தனக்கு வயிற்றுவலி என்றும், வேலூர் தனியார் மருத்துவமனைக்குப் போய் வைத்தியம் பார்க்க வேண்டும் என்றும் ஊரில் பசையுள்ள சில பார்ட்டிகளிடம் போய் கடன் கேட்டார். எல்லோருமே கையை விரித்தனர்.

'வீட்டை, அடமானம் வைக்கிறேன்' என்று சொன்ன பிறகு, முக்கி முனகியபடி மேல் தெரு சஞ்சீவிராயன் பணம் தர ஒப்புக் கொண்டான்.

மறுநாள்; பிற்பகல் நான்கு மணி. பத்திரப்பதிவு அலுவலகத்தில் அடமானப் பத்திரத்தில் சுயநினைவோடு கையெழுத்துப் போட்டுக் கொடுத்தார். பதிவு வேலைகள் முடிந்த பிறகு இருபதாயிரத்தை எண்ணி கொடுத்தான் சஞ்சீவிராயன். எல்லாமே புத்தம் புதிய ஐநூறு ரூபாய் நோட்டுகள்.

''பத்திரப் பதிவுக் கட்டணம், பத்திரத் தாள்கள், எழுத்துக் கூலி, அலுவலகச் செலவு'' என, இரண்டாயிரம் போனது. மிச்சம் பதினெட்டாயிரம் அவர் கையில்.

பரிகார செலவு பதினைந்தாயிரம் போக மிச்சம் மூவாயிரம் இருக்கிறது. நேராக ஒயின் சாப்புக்குப் போனார். நான்கு குவார்ட்டர் 'ரம்' பாட்டில்களை வாங்கிக் கொண்டார். புகாரி சிக்கன் கடையில் முறுகலாக கால் கிலோ சிக்கன் பக்கோடா வாங்கிக் கொண்டார். தள்ளு வண்டிக் கடையில் கோழிக்கறி சேர்வாவுடன் இரண்டு பார்சல் இட்லி கட்டிக் கொண்டார்.

பேருந்து நிலையத்திலேயே ஒரு ஓரமாய் நின்று ஒரு குவார்ட்டரைத் திருகித் திறந்து ராவாக வாயில் கவிழ்த்துக் கொண்டார். காரலாக கரகரவென 'ரம்' தொண்டையில் இறங்கியதும் வயிற்றில் 'திகீர்' எனச் சூடு ஏறியது. உடல் முழுவதும் ஒரு வெப்பம் பரவ... போதை தலைக்கு ஏறியதும் சாவு பயம் குறைய... மனசுக்குள் பாட்டு பிறந்தது.

"நான் செத்துப் பொழச்சவன்டா

எமனப் பாத்துச் சிரிச்சவன்டா..."

என்று வாய்விட்டுப் பாடியபடியே ஊர்ப் பேருந்தில் ஏறி உட்கார்ந்தார். மனம் நிம்மதியாக இருக்க.... தூக்கம் வந்தது. தலை 'விலுக் விலுக்' என ஆட, தூங்கத் தொடங்கினார்.

பேருந்திலிருந்து கடைசியாக இறங்கி, பார்சல்களோடு தெருவை அளந்தபடி வீட்டுக்கு வந்து சேர்ந்தார். கதவின் கொண்டியைத் திறந்து வீட்டுக்குள் போய் உட்கார்ந்தார். மின் விளக்கைப் போட்டார்.

இன்னொரு குவார்ட்டரைத் திறந்து சொம்பில் ஊற்றித் தண்ணீர் கலந்து மெதுமெதுவாக உறிஞ்சிக் குடித்தார். சிக்கன் பக்கோடாவைக் கடித்துக் கொண்டார். மசாலா தூக்கலாகவும் காரமாகவும் இருந்த சிக்கன் பக்கோடா அடி நாக்கில் நின்று ருசித்தது. வாய் மீண்டும் அதே பாடலைப் பாடத் தொடங்கியது. தண்டபாணி வந்த பின்னர் இட்லியைச் சேர்ந்து சாப்பிடலாமென, அப்படியேச் சாய்ந்து படுத்தார்.

இரவு ஒன்பது மணிக்கு லேசான போதையுடன் வந்தான் தண்டபாணி. படுத்தபடியே அவனுக்கு முன்பாக ஒரு கோட்டரை எடுத்து நீட்டினார். கண்கள் விரிய அதை வாங்கிய அவன் ஏராளமான பாசத்தோடு அவரைப் பார்த்துச் சிரித்தான். அவன் குடித்து முடித்ததும், இருவரும் பார்சல்களைப் பிரித்து இட்லிகளை ரசித்துச் சாப்பிட்டனர். ஒருவரை ஒருவர் கட்டிப்பிடித்தபடி அப்படியே சாய்ந்து தூங்கினர்.

விண்விண்ணென்ற தலைவலியோடு பொழுது விடிந்ததும்... இரவு நடந்தது தண்டபாணியின் மனசுக்குள் படமாக ஓட.... சட்டென்று எழுந்து உட்கார்ந்தான். அப்பனை எழுப்பி விசாரித்தான்.

அவர் தன் டவுசர் பாக்கட்டிலிருந்த பணக்கட்டை எடுத்து, அவன் முன்னால் விசிறியைப் போல ஸ்டைலாக ஆட்டினார். அவனுக்கு ஆச்சரியமனா ஆச்சரியம். கண்கள் விரிய பணத்தைப் பார்த்தவன், அவரைத் துருவித் துருவிக் கேட்டான். பரிகாரம் செய்ய வீட்டை அடமானம் வைத்து பணம் வாங்கியதை உற்சாகமாகச் சொன்னார்.

அவ்வளவுதான். தண்டபாணியின் தலை மீது ‘ஒரு பேய்’ இறங்கியது. படாரென எழுந்தவன் அவரது கன்னத்தில் ‘பளார்’ என ஒரு அறை விட்டான்.

‘‘கெழட்டு நாய.... புத்தியில்ல உனுக்கு... ஒதவாத நாயி வந்து வாசல்ல கொலச்சா... அதுக்குனு இருக்கற ஊட்ட வெச்சிட்டு வந்து கீற.... நீயின்னா பயித்தியமா...? என்ன கேக்காம எம்புட்ரா ஊட்ட வெச்ச...?’’ எகிறி அவர் இடுப்பில் ஒரு உதை விட்டான்.

‘‘அப்டிதாங் ரெண்டுல ஒரு சாவு விய்ட்டமே... இர்ந்து மட்டும் இன்னாத்த கீய்ச்சி கத்தக்கட்ட...? தூ...’’ என்று அவர் முகத்துக்கு நேராக ஆத்திரத்தோடு காறித் துப்பிவிட்டு, வெளியே போய்விட்டான்.

அவர் 'இதை' எதிர்பார்க்கவே இல்லை. இரண்டு பேரும் எத்தனையோ முறை சேர்ந்து குடித்திருக்கிறார்கள். சண்டை போட்டுக்கொண்டு பல வேளைகள் பட்டினியாய்க் கிடந்திருக்கிறார்கள். ஆனால், ஒரு நாள் கூட அவன் கை நீட்டியதில்லை.

நெடுநேரம் அப்படியே படுத்துக் கிடந்தார். மூளை கிறுகிறுத்தது. வீட்டின் மீது அவனுக்கு அவ்வளவு பிடிப்பு இருக்குமென்று அவர் நினைக்கவே இல்லை.

மாலை மங்கலான வெளிச்சத்தில் வழக்கமான கரகம் ஆடியபடி தண்டபாணி திரும்பி வந்தான். அப்போது அவர்கள் வீட்டின் முன்பாக ஒரு சிறிய கூட்டம் கூடியிருப்பது தூரத்தில் இருந்தே தெரிந்தது.

"குடுகுடுப்பைக்காரன் சொன்னபடியே, கிழவன் ஊரைக் கூட்டி வீட்டில் பூஜை செய்கிறானோ?" என்ற எண்ணம் வர... புருவங்களைச் சுருக்கியபடி ஆத்திரத்தோடு வேகமாக நடந்தான்.

அவனைப் பார்த்ததும் கூட்டம் விலகி வழி விட்டது. கூட்டத்தின் நடுவில் நுழைந்து எரிச்சலோடு முன்னோக்கி நடந்தான். வீட்டின் கதவு ஒருக்களித்துத் திறந்து கிடந்தது. உள்ளே பார்த்தவனுக்கு, 'பகீர்' என்றது.

வீட்டின் நடு உத்திரத்திற்குக் கீழே... இணையாகத் தொங்கிக் கொண்டிருந்தன தாண்டவராயனின் கால்கள்.

கால்களுக்குக் கீழே சிதறி வழிந்திருந்த மூத்திரத்தில் தரை மினு மினுத்தது. சற்று தூரத்தில் ரூபாய் நோட்டுக் கட்டு தரையில் கிடக்க... அதன் பக்கத்தில் திறக்கப்படாத 'குவார்ட்டர் ரம்' பாட்டில். அதுவும் அந்தக் கால்களையே பார்த்தபடி நின்றிருந்தது.

தலைப்புச் செய்தி

இரவு உணவுக்குப் பின்னர் சோபாவில் உட்கார்ந்து அரைத் தூக்கத்தில் ஆழ்ந்திருந்தான் சுதாகரன். எதிர்ச்சுவரில் மாட்டியிருந்த தொலைக்காட்சியில், நின்றபடி தலைப்புச் செய்திகளை வாசித்துக் கொண்டிருந்தாள் ஜீன்ஸ் அணிந்த வாசிப்பாளினி. திரையில் மாறி மாறி ஒளிர்ந்த வண்ணங்கள் சுதாகரனின் முகத்திலும், பின்புறச் சுவரிலும் நடனமாடிக்கொண்டிருந்தன. சுவாரசியமற்ற ஒரு பேச்சாளரைப்போல அந்த ஒளி நடனம் அவனை மேலும் மேலும் தூக்கத்திலாழ்த்திக் கொண்டிருந்தது.

திரையில் திடீரென அந்த வாசிப்பாளினியின் பிம்பம் மறைய... ''ஜிஜிஜிஜிஜிஜைங்..... ஜிஜிஜிஜிஜிஜிஜைங்....'' என்ற விசேசமான அந்தப் பின்னணி இசை ஒலிக்கத் தொடங்கியது. ''பிரேக்கிங் நியூஸ்'' என்று தொலைக்காட்சித் திரை மின்னி மின்னி பளிச்சிட.... கண்களை இடுக்கியபடி உற்றுப் பார்த்தான் சுதாகரன்.

‘‘தலை முடிக்கு ‘டை’ அடிக்கத் தடை.... நள்ளிரவு முதல் நாடு முழுவதும் அவசரச் சட்டம் நடைமுறை...’’ என்ற எழுத்துக்கள் திரை முழுவதும் திரும்பத் திரும்ப மின்னின. தலையை உதறிக்கொண்டும், இமைகளைச் சுறுக்கிக் கொண்டும் உற்று உற்றுப் பார்த்தான் சுதாகரன்.

சமையல் அறையில் இருந்த ரேவதி, மணல் மணலாய் வெந்நிற சிறு பூக்கள் மலர்ந்த நீல நிற நைட்டியில் தனது ஈரக் கைகளைத் துடைத்தவாறு தலையை நீட்டி எட்டிப் பார்த்தாள். இப்படி ‘‘பிரேக்கிங் நியுஸ்’’ ‘‘பிளாஷ் நியுஸ்’’ ’’பர்ஸ்ட் நியுஸ்’’ என தொலைக்காட்சிகள் அடிக்கடி ஒளிபரப்புவதால் இப்படியான இசையைக் கேட்டாலே எல்லோரின் கண்களும் தானாக திரும்பி விடுகின்றன.

‘‘இன்னாங்க இது.... இப்டிலாமா நாட்ல சட்டம் போடுவாங்க....?’’

ஆச்சரியத்தோடு கேட்டுக் கொண்டே வந்து சுதாகரனின் பக்கத்தில் அமர்ந்தாள். அவளின் பாண்ட்ஸ் பவுடர் வாசம் அவனுக்குள் கிளர்ச்சியை ஏற்படுத்தியது.

தூக்கம் முற்றிலும் கலைந்துவிட... ரிமோட்டை எடுத்து வேறொரு செய்திச் சேனலை மாற்றினான். அதிலும் அவர்களுக்கான பின்னணி இசையோடு அதே ‘‘பிரேக்கிங் நியூஸ்’’ தான் மின்னிக் கொண்டிருந்தது.

‘‘மயிருக்கு டை அடிக்கக் கூடாதுனு கூடவா நாட்ல சட்டம் போடுவாங்க...? எவங் எதுக்கு எதப்பூசனா இவங்களுக்கு இன்னா....?’’ எரிச்சலான சுதாகரனின் முகம் அருவருப்பில் சுறுங்கியது.

திடீரென இப்படி ‘ஒரு அவசரச் சட்டம்’ வரும் என நாட்டில் யாருமே எதிர்பார்க்கவில்லை. சுதாகரனும் எதிர்பார்க்கவில்லை. நாட்டில் யாருமே எதிர்பார்க்கவில்லை என்கிறபோது சுதாகரனை மட்டும் தனியாக குறிப்பிடவேண்டிய அவசியம் என்ன? என்று நீங்கள் நினைக்கலாம். அதற்கான அவசியத்தை போகப்போக நீங்களே புரிந்து கொள்வீர்கள்.

இந்த அவசரச் சட்டத்தை அரசாங்கம் கொண்டு வந்ததே நம்ப முடியாத ஒரு சம்பவத்தின் பின்னணியில்தான் என்பதை முதலில் நீங்கள் புரிந்து கொள்ள வேண்டும். அதில் உள்ள முக்கியமான சில அரசு ரகசியங்களைத் தவிர்த்துவிட்டு, சாதாரண குடிமகன்கள் என்னவெல்லாம் தெரிந்து கொள்ள உரிமை இருக்கிறதோ அதைவிட சற்றுக் கூடுதலாகவே சில விவரங்களை முதலில் உங்களுக்குச் சொல்லிவிடுகிறேன்.

தற்போது நாட்டை அரசாட்சி செய்கிற த.க.மு.க. கட்சியின் மூத்தத் தலைவரான அவர் மிகச்சிறந்த பேச்சாளி என்பது உங்களுக்கும் தெரியும். அடுக்கு மொழியில், நையாண்டி, நக்கல், எகத்தாளம் கலந்து பேசுவதில் வல்லவர். எழுதி வைத்தோ, அட்மின் வைத்தோ பேசுகிற, எழுதுகிற தலைவர்களுக்கிடையில்... சீறிப்பாய்கிற குற்றால அருவியைப் போல சுயமாக முழங்குகிறவர்.

தலை நகரத்தில் நடந்த ஒரு பொதுக்கூட்ட மேடையில் "யாரைக் கேட்கிறாய்....? எதற்குக் கேட்கிறாய்...?" என்று படிப்படியாகக் குரலை உயர்த்தி, முட்டியை மடக்கி அவர் கர்ஜிக்க... ஒலிபெருக்கியின் உதறல் உச்சத்துக்குப் போனது. அதே நொடியில்தான் அந்த பயங்கரமும் நடந்தது. ஒரு வேரற்ற மரம் திடுமென கீழே சரிவதைப் போல... தடாலென மயங்கிக் கீழே சரிந்தார் அவர்.

மேடையிலிருந்த மற்ற தலைவர்கள் உடனே சுதாரித்துக் கொண்டு கீழே சரிந்து கிடந்த தலைவரைத் தூக்கி நிமிர்த்தினர். நைந்துபோன பழைய நைலான் துணியைப்போல அவரின் உடல் மீண்டும் கீழே சரிந்தது.

"உயும்.... உயும்.... உயும்..... உயும்...." என அலறிக்கொண்டு வந்து நின்ற அவசர ஊர்தியில் தலைவரின் அசைவற்ற உடல் ஏற்றப்பட்டு, மீண்டும் "உயும்...... உயும்... உயும்... உயும்..." என்று

அடித்தொண்டையில் கதறியபடி.... அலறும் தொண்டர்களைப் பிளந்து கொண்டு அது ஓட... பின்னாலேயே பிற தலைவர்கள், அமைச்சர்களின் வாகனங்களும் ஓடின.

மருத்துவர்களின் அவசர முதலுதவி சிகிச்சை, ஈ.சி.ஜி., எக்ஸ்ரே, சி.டி.ஸ்கேன், எம்.ஆர்.ஐ. என, விடிய விடிய பரிசோதனைகளும் தீவிர சிகிச்சைகளும் நடந்தும்... தலைவர் கண் விழிக்காமல் மயக்க நிலையிலேயே கிடந்தார்.

எதனால் மயக்கம் ஏற்பட்டது? ஏன் கோமா நிலைக்குப் போய்விட்டார்? என்று தெரியாமல் இரவெல்லாம் மருத்துவர்கள் மண்டையைப் பிராண்டி, முடியைப் பிய்த்துக்கொண்டனர்.

அப்படி மண்டையைப் பிராண்டிக்கொண்ட ஒரு மருத்துவரின் மூளைக்குள் திடீரென ஆயிரம் வாட்ஸ் விளக்கெரிய... தலைவரின் மூளையை பல கோணங்களில் எடுத்திருந்த படங்களை எடுத்து உற்று உற்றுப் பார்த்தார் அவர். மீண்டும் தலைவரின் மூளை அங்குலம் அங்குலமாக ஸ்கேன் செய்யப்பட்டது.

மூத்த அமைச்சர்களின் ஒப்புதலுடன் உடனே தலைவருக்கு மூளை அறுவை செய்ய முடிவானது. புகழ்பெற்ற உள் நாட்டு மருத்துவர்களுடன் ஒரு வெளிநாட்டு சிறப்பு மருத்துவரும் வரவழைக்கப்பட்டார்.

பல மணி நேர சிக்கலான ஆபரேஷனுக்குகாக தலைவரின் மண்டை ஓடு திறக்கப்பட்டது. தலைவரின் மூளையைப் பார்த்ததும் ஒட்டுமொத்த மருத்துவர்களுமே அதிர்ச்சியடைந்தனர்.

மங்கலான வெள்ளை நிறத்தில் இருக்க வேண்டிய மூளை அடர் கருப்பு நிறத்தில் இருந்தது. சில நிமிடங்கள் அந்த மூளையை பிரமிப்புடன் பார்த்துக்கொண்டு நின்றனர் மருத்துவர்கள்.

அந்த வெளிநாட்டு மருத்துவர்தான் துணிந்து கிளவுஸ் மாட்டிய தன் இடது கை ஆட்காட்டி விரலால் மூளையின் மேல் பகுதியை லேசாகத் தொட்டார். அழுத்தித் தொட்டால் மூளை பாதிக்கப்படும் என்பதால் மற்ற மருத்துவர்கள் அவரை பதட்டத்துடன் பார்க்க... தொட்ட விரலை திருப்பிப் பார்த்தார். விரலில் கொழ கொழவென கருப்பு மை போல எதுவோ ஒட்டிக்கொண்டிருக்க... அதை கண்களுக்கருகில் வைத்து உற்றுப் பார்த்தார்.

உடனே சுதாரித்துக்கொண்ட மற்றொரு மருத்துவர், நவீன கருவியின் மூலம் பக்குவமாக வெட்டி பக்கத்தில் வைக்கப்பட்டிருந்த தலைவரின் மண்டை ஓட்டை எடுத்து அதன் உட்புறம் பார்த்தார். அங்கும் அதே போல கொழ கொழவென கருப்பு திரவம். எல்லா மருத்துவர்களும் ஒரே நேரத்தில் தலையை ஆட்டிக்கொண்டு பார்வையாலேயே பேசிக்கொண்டர்.

தலைவர் தலை முடிக்கு ‘டை’ அடிப்பதும், அதனால் அவ்வளவு வயதிலும் அவர் தலைமுடி கருகருவென மின்னுவதும் நாட்டுக்கே தெரியும்.

இது நாள் வரை தலை முடிக்கு அவர் பூசி வந்த கருப்புச்சாயம் மண்டை ஓட்டுக்குள் இறங்கி, மூளைக்கும் பரவியிருக்கிறது. அதனால்தான் இந்த ‘கோமா நிலை’ எனப் புரிந்து கொண்ட அந்த மருத்துவ மூளைகள் அடுத்தடுத்த நிமிடங்களில் பரபரப்பாக இயங்கின.

முதலில் மூளையின் மேற்புறம் படர்ந்திருந்த கருப்பு மையை வெண் பஞ்சில் பூப்போல ஒற்றி ஒற்றி எடுத்தனர். அடுத்து மண்டை ஓட்டினடியில் கிடந்த மையைத் துடைத்து துடைத்து அவர்கள் வீசிய கரும்பஞ்சுகள் கூடையில் கோபுரமாகக் குவிந்தது. பல மணி நேரம் போராடி மண்டை ஓட்டை, தலையில் பொருத்தினர்.

இந்த அறுவை சிகிச்சை குறித்து இரண்டு முக்கிய அமைச்சர்களிடம் மட்டும் ரகசியமாகப் பேசிய தலைமை மருத்துவர், தலைவரின் கருப்பு மூளைப் படங்களையும் அவர்களிடம் காட்டினார்.

''எப்பா.... எல்லார்க்கும் வெள்ள மூளனா.... தலைவருக்கு மட்டும் கருப்பு மூளபா... அதாங் இவ்ளோ அறிவாளியா இருக்காரு....'' பரவசப்பட்டார் ஒரு அமைச்சர்.

''ம்க்கும்.... டாக்டரு சொன்னத சரியா கவனிக்கலயா நீ...? முடிக்கி 'டை' அட்ச்சி அட்ச்சிதாங் அப்டி கலர் மாறி இருக்குதாம்...'' திகிலோடு சொன்னார் இன்னொரு அமைச்சர்.

பளிச்சிடும் உச்சி வழுக்கைக்குக் கீழே, மாட்டு லாடம் போல படுத்திருந்த தன் கருகரு முடியை கவலையோடு தடவிக்கொண்டார் அவர்.

தலைவரைப் போல தானும் மயங்கி விழுந்து கோமாவுக்குப் போய்விடுவோமோ? என்கிற பயத்தில் அவர் முகம் வியர்க்கத் தொடங்கியது.

மருத்துவர்களின் தொடர் சிகிச்சைக்குப் பிறகு மூன்றாவது நாளில் கண் விழித்தார் தலைவர். ஆனாலும் பேச்சில்லை.

இறக்குமதி செய்யப்பட்ட உயர் ரக முடிச்சாயத்தைப் பூசிய தலைவருக்கே இந்த நிலை என்றால்... 'சாதாரண டை' பூசும் மக்களின் நிலை....? ஒருவேளை ஏற்கனவே பல பேர் இப்படி பாதிக்கப்பட்டு, பலியாகி இருப்பார்களோ? என்ற சந்தேகம் வந்தது மருத்துவர்களுக்கு.

மருத்துவமனையில் சிகிச்சைக்காக அனுமதிக்கப்பட்டு இறந்தவர்கள், விபத்தில் உயிரிழந்து உடற்கூறாய்வுக்காக கொண்டுவரப்பட்ட உடல்கள் என சில பிணங்களின் மண்டை ஓடுகள் உடனடியாகத் திறந்து பார்க்கப்பட்டன. முடிச்சாயம் பூசுகிற

எல்லோரின் மூளைகளுமே கருமையாக மாறியிருந்தன. மண்டை ஓடுகளின் உள்புறம் அதே கொழகொழ கருந்திரவம்.

உடனே மூத்த அமைச்சர்களுடன் அவசர ஆலோசனை நடத்தினர் மருத்துவர்கள். இந்தப் பிரச்சினையின் நீள, அகலங்கள் குறித்து கவலையோடு விளக்கினர்.

இதே நிலை தொடர்ந்தால் மருத்துவர்கள் உள்பட அமைச்சர்கள், தலைவர்கள் எல்லாம் திடீர் திடீரென மயங்கி விழுந்து சாகலாம். அல்லது கோமா நிலைக்குப் போகலாம் என்பதால் 'இனி யாரும் முடிச்சாயம் பூசவேண்டாம்' என மருத்துவர்கள் எச்சரிக்கை மணி அடித்தனர்.

அவசர அவசரமாக அமைச்சரவை கூடி விவாதித்தது. எல்லா அமைச்சர்களுமே தங்களின் தலை முடியை கவலையோடு தடவிக்கொண்டனர். அதன் பிறகு முடிச்சாயத்தை நினைக்கவே அவர்களுக்குப் பயமாக இருந்தது.

ஆனால், முடிச்சாயம் பூசாமல் இருந்து, திடீர் இட்லி, திடீர் சட்னி போல அவர்கள் திடீர் கிழவர்களாக மாறிவிட்டால் அவர்களைப் பார்த்து நாடே சிரிக்காதா...?

அந்தப் புதிய கவலை குறித்தும் நீண்ட நேரம் விவாதம் நடந்தது.

அப்படித்தான் இந்த 'அவசரச் சட்டம்' நடைமுறைக்கு வந்தது.

சட்டம் நடைமுறைக்கு வந்த மறுநாள் காலையிலேயே கடைகளில் புகுந்த அதிகாரிகள் விதவிதமான 'டை' பாக்கட்டுகளையும், டப்பாக்களையும், கிரீம்களையும் மூட்டை மூட்டையாகக் கைப்பற்றி பெரும் பெரும் பள்ளங்கள் தோண்டி மண்ணில் புதைத்தனர்.

வீடுகளில் உள்ள முடிச்சாயங்களை பொது மக்களே அழித்துவிட வேண்டும் என்று அமைச்சர்கள் வேண்டுகோள் விடுத்தனர். சட்டத்தை

மீறி யாராவது ‘டை’ அடித்தாலோ, ‘டை’ வைத்திருந்தாலோ அவர்கள் மீது கடுமையான நடவடிக்கைகள் பாயும் என்று அடிக்கடி அறிவிப்புகளை வெளியிட்டது அரசு.

சட்டம் நடைமுறைக்கு வந்து பத்திருபது நாள்களிலேயே... புதிதாக வளர்கிற அடி முடி வெள்ளையாகவும், டை அடித்த மேல் முடி கருப்பாகவும் இரட்டை நிற முடிகளோடு எதிர்ப்படும் தலைகளைப் பார்க்கவே சகிக்கவில்லை சுதாகரனுக்கு.

உடனடியாக சுதாரித்துக்கொண்ட சில அறிவாளிகள் தலையையும், மீசை, தாடியையும் மழுங்க மழுங்கச் சிரைத்துவிட்டு புத்த பிக்குகளைப்போல ‘கொழுக் மொழுக்’ என வலம் வந்தனர். பல அரசியல் தலைவைர்கள் சப்பிப்போட்ட பனம் பழம்போல வெளுத்த தங்களின் தலையைத் தொண்டர்களுக்குக் காட்டப் பிடிக்காமல் சுற்றுப் பயணங்களையே ரத்து செய்து விட்டனர்.

நடிகர்களின் பாடுதான் பாவம். அறுபதைக் கடந்த பிறகும் கதாநாயகர்களாக மின்னிக் கொண்டிருந்த பலர் சாயம் வெளுத்த தலைகளை வெளியில் காட்ட முடியாமல் இரவோடு இரவாக வெளிநாடுகளுக்குப் பறந்துவிட்டனர். சிலர் ‘‘முற்றிலும் மாறுபட்ட வேடத்தில்’’ என மொட்டைத் தலையோடு நடிக்க வந்தனர்.

ஒரு சிலர் மொட்டையடித்து நடித்தால் ரசிகர்கள் கொண்டாடுவார்கள். தயாரிப்பாளர்களும் குதூகலிப்பார்கள். ஒட்டுமொத்த நடிகர்களும் மொட்டையடித்துக்கொண்டு வரிசையில் நின்றால்...? தயாரிப்பாளர்கள் தங்களின் மல்லிப்பூ தலைகளின் மீது முக்காடுகளைப் போட்டுக்கொண்டு ஓடி ஒளிந்தனர்.

ஒரு மாதம் முடிவதற்குள்ளாகவே முழுவதுமாய் நரைத்த தலையர்களும், முக்கால்வாசி நரைத்த தலையர்களும், அங்கொன்றும்

இங்கொன்றுமாய் நரைத்த தலையர்களுமாய் நாடே முதியவர்களின் நாடாக மாறிவிட்டது. இது 'இளைஞர்களின் தேசம்' என்று மார்தட்டிக்கொண்டிருந்த அரசியல்வாதிகள் பேச வார்த்தைகளற்று தவித்தனர்.

வயது முதிர்ந்த பழம்பெரும் நடிகைகளைக்கூட கருகரு கூந்தலோடு பார்த்தே பழகிவிட்ட ரசிகர்கள், எந்த நடிகையையாவது நரைத்த தலையோடு பார்த்துவிட்டால் அதிர்ச்சியில் அகால மரணமடைந்து விடலாம் என்பதால், "நடிகைகள் நிகழ்ச்சிகளில் கலந்துகொள்ளவோ, ஊடகங்களில் தோன்றவோ கூடாது" என ரகசிய உத்தரவே போட்டுவிட்டது அரசு. அப்படியும் சில அகால மரணங்கள் நிகழ்ந்தே விட்டன.

சந்தைகள், கடைத்தெருக்கள், பேருந்துகள், அரசு அலுவலகங்கள் என எங்கும், எங்கும் வெள்ளை வெளேர் முடிகளையும், திடீர் கிழடுகளையும் பார்த்துப் பார்த்து விரக்தியின் உச்சிக்கே போய்விட்டனர் மக்கள்.

நாட்டில் எவ்வளவோ பிரச்சனைகள் இருக்க... 'மயிருக்கு சாயம் பூசக்கூடாது' எனச் சட்டம் கொண்டுவந்து 'தனி மனித சுதந்திரத்தில் அரசு தலையிடுகிறது' என்றனர் மனித உரிமை ஆர்வலர்கள். ஏதோ ஒரு பெரிய பிரச்சனையிலிருந்து மக்களை திசை திருப்பவே இப்படி ஒரு சட்டம் என சில அறிவு ஜீவிகள் விவாத மேடைகளில் ஆவேசமாய் முழங்கினர்.

ஒரு பிற்பகலில் திடீரெனக் கடற்கரையில் கூடிய 'உறை பனித்தலை' முதியவர்கள் அரசுக்கு எதிராக ஆவேசமாக முழக்கங்கள் எழுப்பினர். வாட்சப், முகநூல், டிக்டாக் என நகரெங்கும் இத்தகவல் பரவ... முதியவர்கள் கூட்டம் மேலும் மேலும் அங்கே சேரத் தொடங்கியது.

இளநரை, பித்த நரையால் முடிவெளுத்த இளைஞர்களும் அவர்களோடு இணைந்து கொண்டனர்.

அந்த அலுவலகத்தில் தன்னைத்தவிர மற்ற எல்லோருமே முதியவர்களாக மாறிவிட்டதைப் பார்க்கப் பார்க்க சலிப்பாக, இருந்தது சுதாகரனுக்கு. அத்தனை வெள்ளை முடிகளுக்கு மத்தியில் அவன் மட்டும் 'கருகருவென்ற தலைமுடியோடு' அலுவலகம் வருவது அங்கே எல்லோருக்குமே எரிச்சலாகவும், சந்தேகமாகவும் இருந்தது.

"ஏங்க... யாராயிருந்தாலும் சட்டத்த மதிக்கணும்..... நாடே டை யடிக்காம தவிக்கும் போது நீங்க மட்டும் எப்டி தைரியமா 'டை' அட்ச்சிகிட்டு வர்றீங்க....?" பொறாமையோடு சுதாகரனிடம் கேட்டார் அலுவலக மேலாளர் குணசேகரன்.

"சார்...! எனுக்கு 'டை' அடிக்கிற பழக்கமே இல்ல...." சுதாகரன் பெருமையாகச் சொன்னான்.

"யார்கிட்ட கத உட்றீங்க...? உங்க சர்வீஸ் ரெஜிஸ்டர் புக்க எட்த்து செக் பண்ணிட்டம்.... இப்ப உங்களுக்கு நாப்பத்தி ஒம்போதர வயசு... இந்த வயசுல ஒரிஜினல் கருப்பு முடியா...? அத நாங்க நம்பணுமா...?" மேலாளர் நக்கலாகச் சொன்னார்.

"சார்! நிஜமாவே இது ஒரிஜினல்தாங் சார்...!" தன் தலை முடியை விரல்களால் இழுத்துக் காட்டினான் சுதாகரன்.

மேலாளர் மட்டுமல்ல... அந்த அலுவலகத்தில் யாருமே அதை நம்பவில்லை என்பதை அவர்களின் பார்வைகளே சொன்னது. அதைப்பற்றி அவன் கவலைப்படவில்லை.

ஆனால் அரசாங்கம் கவலைப்பட்டது.

'கல்லூரி மாணவர்களே' உப்பும் மிளகுமாய் நரைத்த தலைகளோடு கவலையில் கிடக்க.... சுதாகரன் மட்டும் கருகரு முடியோடு சுற்றிக்

கொண்டிருப்பது எப்படியோ உளவுத்துறைக்குத் தெரிந்துவிட்டது. எப்படியோ என்ன...? சுதாகரனின் சக ஊழியர்களே மொட்டைக்கடிதம் எழுதிப் போட்டுவிட்டனர்.

அவ்வளவுதான்.

''லவுடிக்காபால்... அவ்ளோ திமிரா.... யார்ரா அவங்....?'' எகிறினார் உள்ளூர் காவல் ஆய்வாளர்.

தன் வெளுத்த தலைமுடியை தொப்பிக்குள் மறைத்துக் கொண்டாலும்... மன வருத்ததை மறைத்துக் கொள்ள முடியாத அவர், சக காவலர்களுடன் அன்று நள்ளிரவே சுதாகரனின் வீட்டுக் கதவைத் தடதடவெனத் தட்டினார்.

கொட்டாவி விட்டபடி கதவைத் திறந்த சுதாகரனின் கருகருவென்ற தலைமுடி மின் விளக்கின் வெளிச்சத்தில் மேலும் மினுமினுத்தது. அது மேலும் ஆத்திரத்தைக் கிளப்பியது அவருக்குள்.

''சட்டத்த மதிக்காம 'டை' அடிக்கிறியா....? அவ்ளோ பெரிய ஆளா நீ...?'' அவனைப் பார்த்து நறநறவென பல்லைக் கடித்தார் ஆய்வாளர்.

''சார்! எனுக்கு டை அடிக்கற பழக்கமே இல்ல...'' என்றான் சுதாகரன். அவன் கண்களைச் சுழற்றிக் கொண்டிருந்த தூக்கம் திடீரென எங்கோ ஓடி ஒளிந்துகொண்டது.

வீட்டைச் சல்லடைப் போட்டுத் தேடினர் போலீசார். ம்ஹீம். ஒரு 'டை பாக்கட்' கூட கிடைக்கவில்லை. நடப்பது எதுவுமே புரியாமல் பெரும் திகிலோடு பார்த்துக் கொண்டிருந்தாள் ரேவதி.

''ஊட்ல அடிக்காம கடையில போயி அடிக்கிறியா...? எந்தக் கட...?''

''சார், நானு டையே அடிக்கறதில்ல சார்...!''

அதைக் கேட்டதும்... காற்று பிடிக்கப்படும் லாரி டியூப் புஸ்ஸென உப்புவதைப்போல... சுர்ரென ஏறிய கோபத்தில் ஆய்வாளரின் கன்னம் திடுமென உப்பித் துடித்தது.

''நீ இப்டிலாம் கேட்டா உண்மயச் சொல்வியா...? லாடம் கட்னாதாங் உண்ம வெளி வரும்.... வந்து வண்டில ஏறு...''

வலுக்கட்டாயமாக இழுத்துவந்து ஜீப்பில் ஏற்றினர். ஒருமுறை குரூரமாக உருமிவிட்டு திரும்பிப் பறந்தது ஜீப். நரியின் கண்களைப்போல ஒளிரும் பின்புற சிவப்பு விளக்குகளோடு ஓடுகிற அந்த ஜீப்பையே மனம் பதைக்கப் பதைக்கப் பார்த்துக் கொண்டு நின்ற ரேவதிக்கு நடப்பதெல்லாம் உரைக்கவே பல நிமிடங்கள் ஆனது.

மறுநாள் எல்லா ஊடகங்களிலும் இந்தச் செய்தி வந்துவிட்டது. ''அவசரச் சட்டத்தை மீறிய நபர் நள்ளிரவில் கைது... நூதன முறையில் டை அடித்தவர் கைது... கருப்பு முடி மைனர் அதிரடி கைது...'' என விதவிதமான தலைப்புச் செய்திகள் வால்போஸ்டர்களில் தொங்கின. அதில் கரு கரு முடியுடன் சிரிக்கும் சுதாகரனின் படத்தைப் பார்த்த பலருக்கு பொறாமையில் கண்கள் பொங்கின.

கைது செய்யப்பட்ட சுதாகரனிடம் இரவு பகலாக விசாரணை நடந்தது. முதலில் சாதா போலீஸ் விசாரணை, பிறகு ஸ்பெஷல் சாதா போலீஸ் விசாரணை. கடைசியில் கொரில்லா விசாரணை. எல்லாவற்றிலும் 'விசாரித்தவர்கள்தான்' நாய் கிழித்த துணிக்கந்தலைப் போல துவண்டு போயினர். கைது செய்த கணத்திலிருந்து மூன்றாவது நாள் விசாரணை வரை ''டை அடிக்கற பழக்கமே இல்ல'' என்கிற பல்லவியைத்தான் சாதாரணமாகவும், வலியோடும், அழுகையோடும், கதறலோடும் பாடினான் சுதாகரன்.

இப்படி ரகசியமாக 'டை அடித்து' பிடிபட்ட பல பேர் போலீஸ் அடிக்கு பயந்து உண்மையை ஒத்துக் கொண்டு, நீதிமன்றத்தில்

அபராதம் கட்டியிருக்கிறார்கள். ஆனால் இவன் மட்டும் அப்படி ஒத்துக்கொள்ளாததும், எவ்வளவு அடித்தாலும் சொன்னதையே சொல்வதும் போலீசாருக்கே சவாலாக இருந்தது.

''சார், உங்களுக்கு அப்டியும் சந்தேகமா இருந்தா எம்முடிய எடுத்து டெஸ்ட் பண்ணிப்பாருங்க சார்!'' மூன்றாவது நாள் மாலையில் கிழிந்த உதட்டை கோணியபடி சுதாகரன் சொன்னதும் போலீசார் முகத்தில் திடீர் வெளிச்சம் படர்ந்தது.

உடனடியாக அவன் தலையிலிருந்து ஒரு கொத்து முடியைக் கத்தரித்து ஒரு கனமான கவரில் போட்டு சீல்வைத்து ஆய்வுக்கு அனுப்பி வைத்தனர். ஆய்வு முடிவு வரும்வரை அவனை வீட்டுக்கு அனுப்ப முடியாது என்பதால் நீதிமன்றத்தில் ஆஜர்படுத்தி 'பதினைந்து நாள்கள் சிறை'க்கு அனுப்பி வைத்தனர்.

மூன்றாவது நாள் வந்த சோதனை முடிவைப் பார்த்ததும் போலீசாருக்கே மண்டை குழம்பியது. அந்த முடியில் 'முடிச்சாயம் ஏதும் இல்லை' என்றது சோதனை முடிவு. அவர்களால் அதை நம்பவே முடியவில்லை. சிறைக்கே போய் மீண்டும் ஒரு கொத்து முடியை கத்தரித்து வடக்கில் உள்ள தேசிய ஆய்வகத்துக்கு அனுப்பி வைத்தனர். நான்காவது நாள் மின்னஞ்சலில் வந்த அந்த முடிவும் அதையேதான் சொன்னது.

''சார்! இவன் யமகாதகனா இருப்பாங் சார்...! சோதனைல கூட கண்டுபுடிக்க முடியாதமாரி ஹைகிளாஸ் டைய யூஸ் பண்ணுவாம்போல இருக்கு சார்...! போலீஸ் கஸ்டடில வெச்சி வேற மாறி விசாரிக்லாம் சார். உயிரா...? மயிரானு? அவனுக்கு பயம் வர்ணும் சார்...! அப்பதாங் உண்மய கக்குவாங்...'' என்று மெதுவாக டி.எஸ்.பியின் காதைக் கடித்தார் ஆய்வாளர்.

மறுநாளே நீதிமன்ற உத்தரவுடன் அவனைப் போலீஸ் விசாரணைக்கு எடுத்தனர். ஏற்கனவே நான்கு நாள் நடந்த சித்ரவதைகளும், சிறை வாசமும் அவன் உடலைப் பாதியாக்கியிருந்தது. மீண்டும் தீவிர விசாரணைகள் தொடங்கின. விசாரணைகள் என்ன...? ஆத்திரம் தீரும் வரை ஆளாளுக்கு அவனைச் சாத்தியெடுத்தனர். ம்கூம்... அப்போதும் சொன்னதையேதான் சொல்லிக் கொண்டிருந்தான்.

''எங்கிட்ட மட்டும் உண்மய சொல்லிட்ரா... அது இன்னா டையி...? எங்க கெடைக்கும்னு? மட்டும் சொல்லிடு... உன்ன இன்னிக்கே விட்டுர்ரங்... '' ஏகக்கத்துடன் கேட்ட டி.எஸ்.பி. தனது பாதி வழுக்கையில் மின்னும் சொற்ப வெள்ளை முடிகளையும் சோகத்துடன் கோதிக்கொண்டார்.

''சார், நானு டையே அடிக்கறதில்ல சார்...!'' அடுத்ததாக எங்கே அடி விழும் என்று தெரியாததால் பயத்துடன் முழு உடலையும் குறுக்கிக் கொண்டே சொன்னான் சுதாகரன். இரவெல்லாம் கடும்பனியில் நனைந்த நாய்க்குட்டியைப்போல அவன் உடல் நடுங்கியது.

''டேய்...! ஒண்ணு காஸ்ட்லி டை அடிக்கணும்.... இல்லன்னா லேப்ல ரிசல்டயே மாத்தணும்... இதுல எதுனு நீயே சொல்லிடு. நாடே இப்ப உன்னப்பத்திதாங் பேசிட்டு இருக்குது... அது என்னா டையினு மட்டும் சொல்லிட்ரா... அதக்கேட்டு கேட்டு பெரிய தலைங்கள்லாம் என்ன வாட்டி எடுக்கறாங்கடா.....'' அழாத குறையாகக் கேட்டார் அடுத்து விசாரிக்க வந்த அதிகாரி. அவரும் எவ்வளவுதான் அடிக்க முடியும்...? ஆனால், அதிசயமாக அவ்வளவு அடிகளையும் தாங்கிக்கொண்டு சுதாகரன் உயிரோடுதான் இருந்தான்.

தொலைக்காட்சிகளில் விவாத மேடைகள் மீண்டும் களைகட்டின. எந்த நாட்டில் தயாரிக்கப்பட்ட முடிச்சாயத்தை பயன்படுத்தி

இருப்பான்...? ஆய்வு முடிவுகளை நம்பலாமா...? இது போன்ற குற்றங்களுக்கு உயர்ந்தபட்ச தண்டனை என்ன....? என பல துறை அறிஞர்கள் விவாதித்துத் தள்ளினர்.

ஒரு பக்கம் சுதாகரனை பிணையில் எடுக்க ரேவதி நீதிமன்றத்தின் வாசலில் தவம் கிடந்தாள். 'பிணையில் விட்டால் விசாரணைக்கு குந்தகம் ஏற்படும்' என்று கடுமையாக ஆட்சேபித்தது காவல் துறை.

அடுத்தக்கட்ட விசாரணையின் போது காவல் துறையினரும், மருத்துவர்களும் சுதாகரனை அங்குலம் அங்குலமாக உற்றுப் பார்த்தனர். அவர்கள் எல்லோருமே மண்டை காய்ந்து கிடந்த ஒரு பிற்பகலில்... திடீரென அந்த யோசனையைச் சொன்னார் ஒரு மருத்துவர்.

''இவன இன்னும் ஒரு பத்து நாளு இங்க போலீஸ் காவல்லயே வச்சி ஃகோர்புல்லா வாட்ச் பண்ணலாம்... முடி வளர வளர அசல் நிறம் என்னன்னு தெரிஞ்சிரும்....'' என்றார் தன் மூக்குக் கண்ணாடிக்கு மேலாக சுதாகரனின் தலை முடியின் அடிப்புறத்தை உற்றுப் பார்த்தபடி.

''சார்....!அதவிட இன்னொரு ஐடியா... இவந்தலய மொட்ட அடிச்சிட்லாம்... புதுசா மொளைக்கற முடிய வெச்சி தெர்ஞ்சிக்கலாம்...'' என்றார் கண்கள் மின்ன இன்னொரு மருத்துவர்.

அதைக்கேட்டு எல்லோரின் கண்களும் ஒரே நேரத்தில் பிரகாசித்தன.

அடுத்த பத்தாவது நிமிடம் சுதாகரனின் தலை மொட்டையடிக்கப்பட்டது. ஒரு பெரிய அறைக்குள் நான்கு கேமராக்கள் பொருத்தப்பட்டு அதில் தனித்து விடப்பட்டான். அறையின் உள்ளே இரண்டு காவலர்ளும், வாசலில் இரண்டு காவலர்களும் சுழற்சி முறையில் காவலுக்கு நிறுத்தப்பட்டனர்.

கூண்டுக்குள் அடைக்கப்பட்ட வெள்ளெலி போல அந்த அறையில் சோர்ந்துபோய் படுத்திருந்தான் சுதாகரன். வேளா வேளைக்கு உணவு வந்தது. ஆனால் அவனால் எதையும் சாப்பிட முடியவில்லை. கந்தலாய் கிழிந்துபோன உடலின் ஒவ்வொரு துளியிலும் வலித்தது. கை கால்களை அசைக்கவே முடியவில்லை. இதிலிருந்து தப்பிக்க இப்படியே செத்துப்போனால் கூட போதும் என நினைத்தான்.

அவன் தலை மொட்டையடிக்கப்பட்டதும் தலைப்புச் செய்திகளாக வந்தது. மீண்டும் கருப்பு முடி முளைக்குமா...? வெள்ளை முடி முளைக்குமா...? முதலில் முடியே முளைக்குமா... முளைக்காதா...? என மீண்டும் விவாத மேடைகள் களைகட்டின.

ஒரு வாரம் நகர்வது ஒரு யுகமாய் இருந்தது. அந்தத் தனியறையில் என்ன நடக்கிறது? எனத் தெரிந்துகொள்ள நாட்டில் எல்லோருமே ஆர்வமும் குறுகுறுப்புமாய் காத்திருந்தனர்.

ஏழாவது நாள் மாலையில் தொலைக்காட்சிகள் மீண்டும் பரபரப்பாய் மின்னத் தொடங்கின.

"சுதாகரன் தலையில் மீண்டும் கருப்பு முடியே முளைத்தது..." என்ற பிரேக்கிங் நியூஸ் வீடுகள் தோறும் அலறத் தொடங்கியது.

"இட்ஸ் மிராகிள்.... அம்பது வயசுல ஒரிஜினல் முடியா...?" என்று கண்களை விரித்தார் அந்த வயது முதிர்ந்த மருத்துவர். அவர் சுதாகரனையே பிரமிப்பாகப் பார்த்தபடி நின்றிருந்தார்.

சுதாகரனின் தலையெங்கும் முளைத்திருந்த கருகரு தலை முடிகள் முள் முள்ளாய் குத்திட்டு நின்றன. முகத்தில் இருந்த தாடியிலும் மீசையிலும் கூட ஒரு நரை முடி இல்லை.

"நாந்தாங் மொதல்லருந்தே சொல்லிகினு இருக்கறனே சார்...." பலவீனமாக முனகினான் சுதாகரன்.

கவிப்பித்தன்

"அதான யாராலயும் நம்ப முடில...!" என்றார் அவர்.

"சார்...! எங்கம்மா சாவும்போது எண்பத்தி மூணு வயசு.... அவங்களுக்கே ஒரு முடி கூட நரைக்கல...." என்றான் பெருமையாகவும், சோகமாகவும்.

அதைக் கேட்டதும் எல்லோரும் மேலும் ஆச்சரியமாக அவனைப் பார்த்தனர். மருத்துவர் மேலும் பிரமிப்போடு சுதாகரனை உற்று உற்றுப் பார்த்தார்.

எஸ்.பி.யின் காதில் அவர் என்னவோ சொன்னார். மேலும் கீழுமாய் தலையாட்டிக்கொண்டார் எஸ்.பி.

"சார்....! நாந்தாங் 'டை' அடிக்கலனு தெர்ஞ்சிருச்சே... நானு வீட்டுக்குப் போலாமா...?" பரிதாபமாகக் கேட்டான் சுதாகரன்.

"உங்க பரம்பர மரபணுல ஏதோ அதிசயம் இருக்கு.... அதனாலதாங் முடியே நரைக்கல... அது என்னான்னு ஆராய்ச்சி பண்ணா நாட்ல நெறைய்ய பேரோட பிரச்சன தீரும்...." மருத்துவர் சுதாகரனை தீவிரமாக உற்றுப் பார்த்தபடி சொன்னார்.

அதைக் கேட்டு ஒன்றும் புரியாமல் அவர் முகத்தை அண்ணாந்து பார்த்தான் சுதாகரன்.

"உன்ன வெச்சி மருத்துவ ஆராய்ச்சி பண்ணப்... அதனால இப்ப உன்ன ரிலீஸ் பண்ண முடியாது....." எஸ்.பி. கறாராகச் சொன்னார்.

அதைக் கேட்டதும் தலை கிர்ரென சுற்றியது சுதாகரனுக்கு. தொபீரென மயங்கிக் கீழே விழுந்தான்

பாலி

வானத்தை வரைந்த சிறகு

அன்று ஞாயிற்றுக் கிழமை. தாமதமாக எழுந்த வெங்கடேசன், வீட்டின் காம்பவுண்டுக்கு வெளியே, புதிதாகப் பிறந்த குழந்தையைப் போல... மஞ்சள் நிறத்தில் மடல் விரித்திருந்த வாழைக் குறுத்தைப் பார்த்துக் கொண்டிருந்தார்.

திடீரென வேலிப் பக்கமிருந்து ஏதோ பேச்சுச் சத்தம் கேட்க, திரும்பிப் பார்த்தார். எப்போது விழட்டும் என்று வானத்திடம் அனுமதி கேட்டபடி நின்றிருந்த அந்த பட்டுப்போன மொட்டைத் தென்னையின் கீழே ‘இரண்டு பையன்கள்’ நின்றிருந்தனர்.

ஒருவன் கருப்பாக, உயரமாக இருந்தான். தொள தொளப்பான ரோசாப்பூ நிறச் சட்டையும், நீலநிறப் பேண்ட்டும் அணிந்திருந்தான். இன்னொருவன் குள்ளமாக மாநிறமாக இருந்தான். தலை முடியை ஒட்ட வெட்டியிருந்தான். அநேகமாக உள்ளூர் அரசுப் பள்ளியில் படிப்பவர்களாக இருக்க வேண்டும்.

இருவரும் கழுத்தை உயர்த்தி மொட்டை மரத்தையே பார்த்துக் கொண்டிருந்தனர். மூன்று ஆள் உயரமிருந்த உளுத்துப் போன அந்த மரத்தைச் சுற்றி கப்புச் செடிகள் புதராக வளர்ந்திருந்தன. அதனூடாக காரை முட்செடிகளும் செழித்திருந்தன.

சின்னப் பையன் நீளமான ஒரு கம்பால் கப்புச் செடிகளை விலக்கிப் பிடித்துக் கொள்ள, ஓணானைப் போல கால்களை அகட்டி அகட்டி வைத்து பெரிய பையன் அந்த மரத்தில் ஏறினான். பாதி தூரம் ஏறியதும், இடது கையால் மரத்தைச் சுற்றி அணைத்துக் கொண்டு, அங்கிருந்த பொந்தில் வலது கையை விட்டான்.

வெங்கடேசனுக்கு மனசு திக்கென்றது. பொந்தில் ஏதாவது பாம்பு இருந்தால் என்ன ஆவது....? அவர்களை ‘அதட்டலாம்’ என அவர் வாயைத் திறந்தபோது, அவன் கையை வெளியே எடுத்தான். கையில் பச்சையாக எதுவோ இருந்தது.

‘‘யேய்! உசாரா புட்ரா.... உட்றப்போற...’’ பதட்டத்தோடு மேலே பார்த்துக் கத்தினான் சின்னவன்.

வலது கையை மரத்திலிருந்து தூரமாய் தூக்கிப் பிடித்தபடி மெதுவாக கீழே இறங்கினான் பெரியவன்.

ஆர்வ குறுகுறுப்போடு அவர்களையே பார்த்தபடி நின்றிருந்தார் வெங்கடேசன். அப்போதுதான் அவர்கள் வெங்கடேசனைத் திரும்பிப் பார்த்தனர். தங்களுக்குள் பார்வையாலேயே ஏதோ பேசிக் கொண்ட அவர்கள் வெங்கடேசனை நோக்கி வந்தனர்.

‘‘ணா.... கிளி.... ஒணுமாணா...?’’ அவருக்கு அருகில் வந்ததும் பெரிய பையன் கேட்டான்.

அவன் தன் இடது கையில் கிளியின் உடலையும், வலது கையால் அதன் தலையையும் அழுத்தமாகப் பிடித்திருந்தான்.

வெளிரிய பச்சை நிறத்தில் இருந்த அந்தக் 'கிளி'; சிறிய மிளகு போன்ற தன் கண்களை உருட்டி உருட்டி அவரைப் பாவமாகப் பார்த்தது. உடலை அசைக்கக் கூட முடியாததால் பெருக்கல் குறி போன்ற தன் கால்விரல்களை நீச்சலடிப்பதைப் போல காற்றில் துழாவிக் கொண்டிருந்தது.

''அத ஏண்டா, அப்டி அமுக்கிப் புடிக்கற...? அதுக்கு வலிக்கப் போவுது... தலய உட்டுட்டு கால புட்ச்சிக்டா...'' அவனிடம் சொன்னார்.

''தலய உட்டுட்டா கையக் கட்ச்சிபுடும்ணா....''

''கிளி எப்பிட்ரா கடிக்கும்...? அதின்னா நாயா...?'' கிண்டலாக சிரித்தார் வெங்கடேசன்.

''ணோவ்... கட்ச்சிசினா வெர்லே துண்டாப் பூடும்....''

அதை நம்பாமல் மேலும் கிண்டலாகச் சிரித்தார் அவர்.

''கூண்ட்ல வெச்சி ஊட்லயே வளக்கலாம்ணா.... நல்லா பேசும்... ஒணுமாணா...?.'' சின்னப் பையன் கேட்டான்.

அப்போது தான் வெளியே வந்த அவரின் மகன் வினோத்தும், மகள் சுரபியும் கண்கள் விரிய விரிய கிளியைப் பார்த்தனர்.

''ப்பா... கிளி சூப்பரா இருக்குப்பா.... வாங்கலாம்பா....'' வினோத் கண்களை விரித்தான்.

''பறக்கற கிளிய கூண்ட்ல அட்ச்சி வெச்சா பாவம்டா...''

''கிளி தூரம் தூரமா பறந்து போயி சாப்பாடு தேடுதுல்ல... நாம கூண்ட்ல வெச்சி இங்கியே நெறய்ய சாப்பாடு போட்லாம்... அது கிளிக்கி நல்லதுதான...?''

''இப்ப வீட்ல கூண்டு இல்ல... கூண்டு வாங்கியாந்தப்பறம் சொல்றம்... அப்ப புட்ச்சிகினு வா.... இப்ப உட்ரு...'' அந்தப் பெரிய பையனிடம் சொன்னார்.

‘‘உட்டுட்டா புடிக்க முடியாதுணா.... நானு இப்ப றக்கய ஒட்டி குடுக்கறங்... கூண்டு வாங்கியாந்ததும் றக்கய பிரிச்சி கூண்ட்ல உட்ரலாம்....’’

வினோத்தும், சுரபியும் ஆளுக்கொரு பக்கமாக அவர் கைகளைச் சுரண்ட ஆரம்பித்தனர்.

‘‘கூண்டு வரட்டும் அப்பறம் பாக்கலாம்....’’ என அவர்களை அதட்டினார். அவரின் அதட்டலைக் கேட்டு குழந்தைகள் பின்வாங்கினர். அவர்களின் முகம் மழை காணாத கடலைச் செடிகளைப் போல வதங்கியது.

‘‘வாடா போலாம்.... அந்த வாத்யார் சார் கேட்டாரே! அவருக்கு குடுக்கலாம்....’’ சின்னவன் சொல்ல, இருவரும் கிளம்பினர்.

அப்போது வெளியே வந்த ரேவதி சொன்னாள்....

‘‘ஏங்க.... பசங்க ஆசப்படறாங்க... வாங்குங்க....’’

‘‘அதுக்குனு கிளிய கூண்ட்ல அடைக்கணுமா...?’’

‘‘நாம வாங்கலனா... வேற யார்னா வாங்கதாம் போறாங்க... அதுக்கு நாமளே வாங்கி நல்லா பாத்துக்கலாம்... நீங்கல்லாம் வெளிய போனப்பறம் நானு மட்டும் வெட்டு வெட்டுனு ஊட்ல தனியாத்தான இருக்கறங்.... இதுனா தொணைக்கு இருக்கும்...’’

நூறு ரூபாயைக் கொண்டுவந்து அந்தப் பெரிய பையனிடம் கொடுத்தார் வெங்கடேசன். வீட்டிலிருந்து செல்லோ டேப்பை கேட்டு வாங்கி, அதிலிருந்து விரல் நீளத் துண்டைக் கிழித்தான் சின்னப் பையன். கிளியின் வலது இறக்கையின் முனையில் நீளமாய் இருந்த நான்கைந்து வெளிர் பச்சை இறகுகளை மட்டும் சேர்த்து ஒட்டினான். அடுத்த இறக்கையையும் அதே போல ஒட்டிய பின்னர் கிளியை போர்டிக்கோவில் கீழே விட்டான் பெரியவன்.

தரையில் கால் பட்டதும் தாவி எழும்பி இறக்கைகளை அசைத்தது கிளி. ஆனால் இறக்கைகளை விரிக்க முடியாமல் தொபீரென கீழே விழுந்தது. விழுந்த வேகத்தில் மீண்டும் எழும்பி... மீண்டும் விழுந்தது.

அப்படிப் பலமுறை தத்தித் தத்திக் கீழே விழுந்த கிளியை ஓடிப்போய்த் தூக்கினான் வினோத். அடுத்த நொடியே கைகளை உதறிக்கொண்டு அதைக் கீழே போட்டான்.

பிடித்த வேகத்திலேயே அவன் விரலைக் கடித்துவிட்டது கிளி. அவனது வலது கை சுட்டு விரலில் ரத்தம் கசிந்தது. பல்லைக் கடித்துக் கொண்டு கையை உதறினான். சிமெண்ட் தரையில் துளித் துளியாய் சிதறியது ரத்தம். எல்லோருமே பதறிவிட்டனர்.

''கைய ஓதுறாத....'' அவனது விரலை அழுத்திப் பிடித்தாள் ரேவதி.

உள்ளே ஓடி, பஞ்சும் டின்ச்சர் பாட்டிலும் கொண்டு வந்தார் வெங்கடேசன். விரலில் துளிர்த்த ரத்தத்தைத் துடைத்து டின்ச்சர் விட்டார். அதன் எரிச்சலில் ''ஸ்ஸ்ஸ்...'' என நாக்கை உறிஞ்சினான் வினோத்.

அதை கிலியோடு பார்த்துக் கொண்டிருந்த சுரபி கிளியைப் பார்க்கவே பயந்தாள். இந்த இடைவெளியில் தத்தித் தத்தி காம்பவுண்ட் கேட் வரை போய் விட்டது கிளி.

நீளமான, சுண்டு விரல் கனமுள்ள ஒரு குச்சியை எடுத்து வந்து அதைக் கிளியின் தலைக்கு முன்பாக நீட்டினான் பெரிய பையன். அந்தக் கம்பை வாயால் கடித்தது கிளி. அவன் கம்பை மேலே தூக்கியதும் கம்பைக் கடித்தபடி தொங்கிய கிளி... பின்னர் கம்பின் மீது ஏறி நேராக நின்றது. அதை அப்படியே தூக்கி வந்து அவர்கள் எதிரில் காட்டினான்.

‘‘கிளிய இப்டிதாந் தூக்கணும்.... பழக்கமாய்ச்சினா கடிக்காது.... அப்ப கைலயே புடிக்கலாம்...’’ சொல்லியபடி கிளியை மீண்டும் கீழே இறக்கி விட்டான்.

‘‘வீட்டுக்கு வரும்போதே கையக் கடிக்குது... இந்தக் கிளி வேணுமாடா...?’’ வினோத்திடம் கேட்டார் வெங்கடேசன்.

‘‘இனிம கொம்புல புட்ச்சி தூக்கலாம்...’’

பெரிய பையனின் கையிலிருந்த கம்பை இடது கையால் வாங்கிய வினோத், கிளியின் முன்னால் நீட்டினான். கம்பை வாயில் கடித்து அதன் மீது ஏறியது கிளி.

சர்க்கசில் கிளிகளை தலைக்கு மேலாகத் தூக்கிப்பிடித்து சுற்றிச் சுற்றிக் காட்டும் தொடை பெருத்த அழகிகளைப் போல... கிளியைத் தூக்கிக் காட்டிச் சிரித்தான். அப்படியே வீட்டுக்குள் கொண்டுபோய் கூடத்தில் இறக்கி விட்டான்.

வழவழப்பான டைல்சில் கால்கள் பட்டதும் திணறிய கிளி கால்களை உதறிக்கொண்டது. தலையைத் திருப்பி வட்டமான கண்களை உருட்டிப் பயத்தோடு அவர்களைப் பார்த்தது. தாவித் தாவி சுவரோரம் ஓடி இருட்டான மூலையில் நின்று கொண்டு மீண்டும் அவர்களைப் பார்த்தது. அதன் கண்களில் இருந்த மிரட்சி மேலும் மேலும் கூடியது. பையன்கள் கிளம்பிவிட,

ரேவதி சமையலறைக்குள் போய் கொஞ்சம் அரிசியை எடுத்து வந்து கிளியின் முன்னால் தூவினாள். சிவப்பு நிற டைல்சின் மீது சிதறிய அந்த வெண்ணிற அரிசித் துளிகள்.... துரியோதனனுக்கு முன்னால் கர்ணன் சிதறவிட்ட ‘திரௌபதி’யின் முத்துகளைப் போல சிரித்தன.

அரிசியைச் சட்டை செய்யாத கிளி பின்னால் தாவி மேலும் சற்று தூரத்தில் போய் நின்று கொண்டது.

''அது அரிசியத் தொடலியே....! அது என்ன சாப்டும்...?'' கவலையோடு கேட்டாள் ரேவதி.

''மொதல்ல அதக் கொஞ்ச நேரம் தனியா உடுங்க... அதுக்கு பயம் தெளியட்டும்... இப்ப பாறகடல்லருந்து அமிர்தமே எட்த்தாந்து வெச்சாலும் அது தொடாது...'' வெங்கடேசன் சொன்னார்.

டி.வி. வாங்கிவந்த அட்டைப் பெட்டியை பரணிலிருந்து கீழே இறக்கி, அதற்குள் கிளியைத் தூக்கி விட்டான் வினோத். (குச்சியால் பிடித்துத்தான். அப்படியே பெட்டியைத் தூக்கிப் போய் படுக்கை அறையின் ஒரு மூலையில் வைத்தான்..

ரேவதி சமையலில் இறங்கிவிட்டாள். வெங்கடேசன் மார்க்கெட்டுக்குக் கிளம்பினார். வினோத் மட்டும் டி.வி. பார்ப்பதும் அடிக்கடி அட்டைப் பெட்டியை எட்டிப் பார்ப்பதுமாக இருந்தான். சமையலின் நடுவில் ஒரு கை நிறைய்ய அரிசியைக் கொண்டு போய் அட்டைப் பெட்டியில் தூவிவிட்டு வந்தாள் ரேவதி.

நடு இரவில் 'டொக் டொக்... டொக் டொக்...' என மெலிதான சத்தம் கேட்டது. புரண்டு படுத்த வினோத் கண்களைத் திறக்காமலே அதைக் கூர்ந்து கவனித்தான். மீண்டும் 'டொக் டொக்... டொக் டொக்' என ஒரே சீராக சத்தம் கேட்க... அவனுக்கு பயமாக இருந்தது. வெங்கடேசனின் மார்பின் மீது வலது கையைப் போட்டபடி அயர்ந்து தூங்கிக் கொண்டிருந்த ரேவதியை அசைத்தான். முனகிக்கொண்டே கண் விழித்த ரேவதியும் அந்தச் சத்தத்தைக் கேட்டாள். பயத்துடன் வெங்கடேசனை உலுக்கினாள். அவரும் இமைகளைச் சுருக்கியபடி அதைக் கவனித்தார்.

அட்டைப் பெட்டியிலிருந்துதான் சத்தம் வந்தது. கிளி அட்டைப் பெட்டியைக் குத்தி உடைக்கிறதோ...? வெங்கடேசன் எழுந்து விளக்கைப் போட்டார். சத்தம் நின்று விட்டது.

மெதுவாக நடந்து பெட்டியை எட்டிப் பார்த்தார். பெட்டியில் இருந்த அரிசி பாதிதான் இருந்தது. ''டேய் கிளி அரிசியத் தின்னுது...''

பெட்டியை எட்டிப் பார்த்த ரேவதி சமையலறைக்குப் போய் இன்னும் ஒரு பிடி அரிசியைக் கொண்டுவந்து பெட்டிக்குள் போட்டாள்.

கொட்டாவி விட்டபடியே வெங்கடேசன் விளக்கை நிறுத்தினார். அறை இருட்டைத் தழுவிக் கொள்ள.... ரேவதி அவரைத் தழுவிக் கொண்டாள்.

மறுநாள் காலையில் கிளியின் முகத்தில்தான் கண் விழித்தான் வினோத். பெட்டிக்குள்ளேயே ஒரு ஓரமாக கருப்பும் வெளுப்புமாய் எச்சமிட்டிருந்தது.

''அம்மா... கிளி ஆயி போயிட்டு அதுக்கு பக்கத்திலியே பட்த்துக்கினு இருக்குது... கிளீன் பண்ணுமா....''

''அத நாம்பாத்துக்கறங்... நீ போய் குளி... டைமாவுது ...''

பிள்ளைகளையும். வெங்கடேசனையும் ஒரு வழியாக அனுப்பிவிட்டு, ஒரு நீளமான பெருமூச்சு விட்ட ரேவதி... திடீரென கிளியின் நினைவு வர... பெட்டியைப் போய்ப் பார்த்தாள்.

அவளின் நிழல் பெட்டிக்குள் விழுந்ததும் துள்ளி ஓரமாக தத்தியது கிளி. அந்தக் குச்சியை பெட்டிக்குள் விட்டதும் அதன்மீது ஏறியது. அப்படியே தூக்கி வந்து கூடத்தில் விட்டாள். தாவி தரையில் குதித்ததும் எகிறி எகிறி இருட்டாக இருந்த வடக்கு மூலைக்கு ஓடியது. மெல்லிருள் படர்ந்திருந்த சுவரோடு ஒண்டிக்கொண்டது.

பாலி

மெதுவாகக் கழுத்தைத் திருப்பி, சிவப்பு நிற வளையத்துக் குள்ளிருந்த அந்த மிளகுக் கண்களைச் சிமிட்டிச் சிமிட்டி பயத்தோடு அவளைப் பார்த்தது. சிவப்பான வளைந்த மூக்கை தன் வலது காலால் அவசரமாக ஒரு முறை உரசிக் கொண்டது.

அப்படியே அதைத் தூக்கி ''அதன் பச்சை நிறத் தலையிலும், கழுத்திலும், தக்காளிப் பழ நிற மூக்கிலும் முத்தமிட வேண்டும்'' என்று ஆசை வந்தது ரேவதிக்கு. கிளியை நோக்கி ஒரு அடி எடுத்து வைத்தாள். துள்ளிக் குதித்துத் தத்தியபடி இன்னும் பின்னால் நகர்ந்தது.

''அடியே கிளியக்கா.....! உன்ன ஒண்ணும் கட்ச்சி துண்ணுட மாட்டங் நானு.... எதுக்கு இப்டி பயந்து சாவற...?''

மீண்டும் கழுத்தை மட்டும் திருப்பி, கண்களைச் சிமிட்டி அவளைப் பார்த்தது.

''கிட்ட வாடி.... கிளியக்கா....'' ஆசையோடு அதை நோக்கி கைகளை நீட்டினாள்.

மேலும் பின்னால் நகர்ந்து சுவரோடு ஒட்டிக் கொண்டது.

''செரி செரி... ரெண்டு நாளு போவட்டும் இரு...'' உள்ளே போய் ஒரு தக்காளிப் பழத்தை நான்கு துண்டுகளாக வெட்டி அதை கிளிக்கு முன்னால் போட்டுவிட்டு, மற்ற வேலைகளைப் பார்க்கத் தொடங்கினாள்.

மாலையில் வீடு திரும்பிய பிள்ளைகள் கிளியை விட்டு நகரவேயில்லை. குச்சியில் உட்கார வைத்து கதவுக்கு வெளியேயும் கொண்டு போனான் வினோத்.

''டேய்.... வெளிய போவாத... தெருவுல நாய் இருக்குது. லபக்குனு புடிச்சிக்கும்....'' அதட்டினாள் ரேவதி. மீண்டும் உள்ளே கொண்டு

கவிப்பித்தன்

வந்தவன் கூடத்தில் இறக்கிவிட்டு சற்று நெருங்கி நின்று வேடிக்கைப் பார்த்தான்.

''டேய்... தூரமா இரு... கண்ணக் கொத்திடப் போவுது...''

இரவு தாமதமாய் வீடு திரும்பிய வெங்கடேசன் சாப்பிட்டுக் கொண்டே கிளியைப் பற்றி விசாரித்தார்.

''நாளிக்கு வரும்போது கூண்டு வாங்கினு வாப்பா... போர்டிக்கோல கட்டித் தொங்கவுடலாம்...'' என்றான் வினோத்.

மறுநாள், அதற்கு மறுநாள் என ஒவ்வொரு நாளும் கூண்டு வாங்காமலே வந்தார் வெங்கடேசன்.

''மறந்துபோச்சி... நாளைக்கு வாங்கினு வரேங்...'' என்றார் ஒவ்வொரு நாளும்.

ஆறாவது நாள் அட்டைப் பெட்டியைத் தூக்கி மீண்டும் பரணில் போட்டுவிட்டு, பீரோவின் இரும்பு கால்களுக்குக் கீழே இருந்த இடைவெளியில் ஒரு மணையைப் போட்டு, அதன் மேல் கிளியை விட்டாள் ரேவதி. பீரோவின் பின்புற இருட்டில் நகர்ந்து மறைந்து கொண்டது. அரிசி, தக்காளி, வேர்க்கடலை என போட்டு, ஒரு கிண்ணத்தில் தண்ணீரையும் வைத்தாள்.

அடுத்தடுத்த நாட்களில் மற்றவர்கள் எல்லோரும் கிளம்பிப் போன பிறகு மெதுவாக வெளியே வந்தது கிளி. ரேவதி மட்டும் இருப்பதை உறுதி செய்து கொண்டு தத்தித் தத்தி கூடம் வரை வரும். 'பயம் நீங்கிவிட்டது' என நினைத்துக் கொண்டாள் ரேவதி.

''கிளியக்கா... இப்ப நீயும் நானும் மட்டுந்தாங் வீட்ல... உன்ன மாதிரிதாங் என்னயும் பதிமூணு வர்சத்துக்கு முன்னால இங்க உட்டுட்டுப் போனாங்க... மொதல்ல நானும்... பெட்ரும்ல இருந்து சமையல் ரூமு வரைக்கும் பயந்து பயந்துதாங் நடந்தங்.... ம்...

இன்னமுங்கூட இந்த ஹாலு... பெட்ரூமு... வாசலு தாண்டி போவ முடில...'' பெருமூச்சு விட்டாள் ரேவதி.

கழுத்தைத் திருப்பித் திருப்பி அவள் சொல்வதைக் கேட்டுக் கொண்டது கிளி.

''ஒண்ணு தெரிமா...? உங்கிட்ட இந்த வீட்டு சாவியில்ல... ஆனா எங்கிட்ட இருக்குது.... அவ்ளோதாங்...'' கசப்பாகச்சிரித்துக் கொண்டே சொன்னாள்.

''உனுக்கு எத்தினி குஞ்சிங்க...? உங்கூட்டுக்காரரு உன்ன மாதிரியே நல்ல கலரா...? மூக்கு உன்னவுட செவப்பா இருக்குமா...?'' கிளியின் கண்களைப் பார்த்தபடி கேட்டாள்.

தலையைச் சாய்த்து அவளைப் பார்த்துவிட்டு முகத்தைத் திருப்பிக்கொண்டது.

''சரி இரு... சமையல் பண்ணிட்டு வர்ரங்....'' எழுந்த ரேவதி சமையலறைக்குள் நுழைந்து கொண்டாள். கிளி பீரோவுக்குக் கீழே நுழைந்து கொண்டது.

'கிளிக்கு நெல் பிடிக்கும்' என்று கேள்விப்பட்டு நெல் வாங்க ஒரு நாள் பஜாருக்குப் போனார் வெங்கடேசன். எந்தக் கடையிலும் நெல் விற்கவில்லை.

''அரிசிதாங் சார் கெடைக்கும்... நெல்லு வேணும்னா மண்டிக்கிதாம் போவணும்... மண்டிலாம் நம்மூர்ல கெடையாது ...'' எனறார் ஒரு கடைக்காரர்.

கிளிக்கு மிளகாய்ப்பழமும் பிடிக்கும் என்பதால் மார்க்கெட்டில் பச்சை மிளகாயை வாங்கி வந்து ஒரு கவரில் போட்டுக் கட்டி வைத்தாள் ரேவதி. மூன்றாவது நாள் பழுக்கத் தொடங்கியதும் அதைக்

கிளிக்கு முன்னால் போட்டாள். அதில் ஒரு பழத்தை இடது காலால் இரண்டுமுறைப் புரட்டிப் பார்த்த கிளி... தலையைத் திருப்பிக்கொண்டு தூரமாகப் போய்விட்டது.

அவ்வப்போது அரிசியும், வேர்க்கடலையும்தான் தின்றது. அதுவும் யாரும் பார்க்காத போதுதான். ரேவதி தனியாக இருக்கிற போது மட்டும் பீரோவுக்கு வெளியே வந்து வேர்க்கடலையை காலால் தூக்கி வாயில் வைத்துக் கொறித்துக்கொண்டே அவளைப் பார்க்கும். அது வேர்க்கடலைப் பருப்பைத் தின்றுவிட்டு தோலை மட்டும் வெளியே தள்ளுகிற லாவகத்தைக் கண்கள் விரிய பார்த்துக் கொண்டே இருப்பாள்.

எல்லோரும் கிளம்பிப் போன பிறகு வாசல் கதவை மட்டும் மூடி விட்டு மற்ற அறைக் கதவுகளை திறந்து வைப்பாள். படுக்கை அறை, சமையலறை, பூஜை அறை என சுதந்திரமாகச் சுற்றிவரும் கிளி, சில நேரங்களில் சமையலறையில் அவள் சமைக்கும் போது மூலையில் நின்று அவளையே பார்த்துக் கொண்டிருக்கும்.

‘‘இன்னா அப்டி பாக்கற...? உங்குளுக்கு சமைக்கிற வேலையெல்லாம் இல்ல... எதுவாந்தாலும் அப்படியேதான் திண்றீங்க... நாங்க அரிசி, பருப்ப அப்படியே தின்ன முடியுமா...? நாக்கு ருசியா கேக்குதே.... அப்டி பச்சயா தின்னா ஒடம்புக்கு ஒத்துக்குமா...? இப்பவே பீபி, சுகரு, கொழுப்புனு கெடக்கறம்... உங்கள மாதிரி ஒரு கை அரிசியும், ஒரு புடி பருப்பும் மென்னு திண்ணுட்டு தண்ணிய குட்ச்சிட்டா எங்களுக்கும் வேல மிச்சம். அப்பறம் இப்டி சமையல் ரூமுனு ஒண்ணு எந்த வீட்லயும் இருக்காது. இது மட்டும் இல்லனா... ..... ’’ பெருமூச்சு விட்டபடியே ஊறவைத்திருந்த இட்லி அரிசியையும், உளுத்தம் பருப்பையும் கழுவி கிரைண்டரில் போட்டாள்.

தலையாட்டிக்கொண்டு ‘கிர்ரென’ ஓடத்தொடங்கியது கிரைண்டர். அந்தச் சத்தத்திற்கு எகிறி இரண்டடி பின்னால் போன கிளி… அங்கிருந்தே அவளையும், கிரைண்டரையும் மிரட்சியோடு பார்த்தது.

‘‘கிளியக்கா… நானு எவ்ளோ ஃபீலிங்கா உங்கிட்ட பேசிகினு இருக்கறங்… எதுனா வாயத் தறக்கறியா நீ…? ஊமக் கோட்டான் மாதிரி கம்முனு பார்த்துகினு இருக்கற…?’’ என்றாள் பொய்க் கோபத்தோடு. அப்போதும் அது அப்படியேதான் பார்த்தது.

‘‘போடி…! கிளின்னா கூடக்கூட பேசும்னு சொல்வாங்க… நீ எங்க பேசற…? உன்ன புட்ச்சாந்து இப்டி உள்ள வெச்சிட்டாங்கன்னு கோவமா..?’’ கேட்டுக்கொண்டே அதைத் தொடப் போனாள்.

சட்டென்று எகிறி பின்வாங்கியது.

‘‘வந்து ஒரு மாசம் ஆவுது… இன்னும் என்ன நம்பமாட்டியா…?’’ சற்று கோபமாகவே கேட்டாள்.

அப்போது வீட்டுக்கு வெளியில் ‘‘கீச் கீச் கீச்….’’ என்று இரண்டு கிளிகள் கத்திக் கொண்டு பறந்தன. அந்த சத்தத்தைக் கேட்டதும் தலையை உயர்த்திய கிளி ‘‘கீச் கீச் கீச்…’’ என்று அடித் தொண்டையிலிருந்து கத்தியது. மிகச் சத்தமான கத்தல். அதைச் சற்றும் எதிர்பாராத ரேவதி அதைப் பார்த்து முறைத்தாள்.

‘‘பாத்தியா… நானும் ஒரு மாசமா உங்கிட்ட பேசிகினு இருக்கறங்… ஒரு வார்த்த பதிலு பேசல நீ…? ஆனா உங்க ஆளுங்க வெளிய கத்தறதக் கேட்டதும் பதிலுக்குக் கத்தற… இன்னா இருந்தாலும் நாங்க வேற… நீங்க வேற தான…?’’

மீண்டும் கண்களைச் சிமிட்டி அவளைப் பார்த்தது கிளி.

‘‘ம்… நானு சொல்றது எதுனா புரிதா உனுக்கு…? ஏதோ இப்டி உங்கிட்ட பேசணும்னு தோணுது… ஆனா நீ தலையை திருப்பிகினு நிக்கிற… அதுக்கு இந்த செவுரு கூடவே பேசலாம் நானு…’’

ஒரு அடி முன்னே தத்திக் குதித்த கிளி, பின்னர் மீண்டும் பின் வாங்கி பழைய இடத்திலேயே நின்று கொண்டது.

மேலும் ஒரு மாதம் கழித்து ஒரு நாள் எல்லோரும் கிளம்பிய பிறகு சாப்பிட நான்கு இட்லிகளோடு கூடத்தில் உட்கார்ந்தாள் ரேவதி. தலைக்குக் குளித்திருந்தாள். மூன்று நாள் தொல்லை. உடலும் மனசும் சோர்வாக இருந்தன.

கிளியுடனாவது பேச்சுக் கொடுக்கலாமென ''கீ கீ கீ...'' என்று கூப்பிட்டாள். வழக்கமாக அவள் சாப்பிடும் போது கூடத்துக்கு வரும்; அவள் சாப்பிடுவதையே பார்த்துக் கொண்டிருக்கும். ஆனால் அன்று வெளியே வரவே இல்லை.

மீண்டும் ''கீ கீ கீ...'' என்றாள். ம்ஹூம்...

ஒரு வேளை அதற்கும் மூன்று நாளாயிருக்குமோ...?

பறவைகளுக்கும் விலங்குகளுக்கும் அது உண்டா...? இருந்தால் அவை எப்படி சமாளிக்கின்றன....? அந்த இரவுகளிலும் இவரைப் போல அதன் துணைகளும் தொல்லை கொடுக்குமா...? அந்த வலியோடு சேர்த்து இந்த வலியையும் அவை எப்படி சமாளிக்கும்...?

யோசனையோடு சாப்பிட்டு, சாமான்களைக் கழுவி வாசலில் கவிழ்த்து, அழுக்குத் துணிகளை ஊறப்போட்டாள். இட்லிக்கு அரிசியையும் பருப்பையும் ஊற வைத்தாள். துணிகளைத் துவைக்கத் தொடங்கினாள்.

துணிகளைப் பிழிந்து மொட்டை மாடியில் உலர்த்திவிட்டுக் கீழே வந்த போது பிற்பகல் இரண்டரை மணி. பெரும் சோர்வோடு சோற்றைப் போட்டுக்கொண்டு உட்கார்ந்தாள். மீண்டும் கிளியின் நினைவு வந்தது. ''கீ...கீ'' என்றாள். வரவே இல்லை.

பாலி

என்ன ஆனது...? காலையிலிருந்து கண்ணிலேயே படவில்லையே? ஒருவேளை உடம்பு சுகமில்லையோ? எழுந்து போய் பீரோவின் கீழே குனிந்து பார்த்தாள்

இருட்டில் எந்த அசைவும் இல்லை. டார்ச் அடித்து உள்ளே பார்த்தாள். வெறுமையாக இருந்தது. திக்கென்றது. சமையலறை, பூஜை அறை, கழிவறை எனத் தேடினாள். எங்கும் இல்லை. காம்பவுண்டுக்கு உள்ளேயும், வெளியேயும் கூடத் தேடினாள். எங்குமே இல்லை.

ஒரு வேளைக் கவனக் குறைவாக... வீட்டுக் கதவும், வாசல் கேட்டும் திறந்திருந்து... அந்தச் சமயத்தில் தத்தித் தத்தி வேலிக்குப் போய் விட்டிருக்குமோ...? அவ்வளவு தூரம் போவதற்குள் நாய்கள் விடாதே. வேலியில் போய்ப் பார்ப்பதற்கும் அவளுக்கு பயமாக இருந்தது. ஆளுயர சாரைப் பாம்பு ஒன்று கோதுமை நிறத்தில் கயிறு போல சரசரவென அதற்குள் போனதை அவளே ஒரு நாள் பார்த்திருக்கிறாள்.

அய்யோ...! பாம்புகளிடத்தில் சிக்கியிருக்குமோ....?

அந்த எண்ணம் வந்ததும் அவளது தொண்டையில் ஒரு குண்டூசி சிக்கிக் கொண்டதைப்போல வலி நெருடியது. சாப்பாட்டை எடுத்து மூடி வைத்துவிட்டு சோபாவில் உட்கார்ந்து கொண்டாள். மனசு தவிக்கத் தொடங்கியது.

மாலையில் வீடு திரும்பிய பிள்ளைகள் ஏமாற்றத்தில் அழுதன.

வெளியே கும்மிருட்டு. வெங்கடேசனாலும் தேட முடியவில்லை. இரவு பிள்ளைகள் சாப்பிடவேயில்லை. வெங்கடேசன் அரை குறையாகச் சாப்பிட்டுப் படுத்துக்கொண்டார். வெறும் வயிற்றுடனே படுத்துக் கொண்டாள் ரேவதியும்.

காலையில் அவர்கள் கிளம்பிப் போன பிறகு, மனதை திடப்படுத்திக்கொண்டு வேலிப்பக்கம் போனாள். நப்பாசைதான்.

கவிப்பித்தன்

அங்கே நாலாபுறமும் கிளை விரித்து வளர்ந்திருந்த கருவேலம் மரத்தின் ஊடாக ஒரு நுணாச் செடி வளர்ந்திருந்தது. அதனருகே கப்புச் செடிகள் புதராக மண்டிக் கிடந்ததன. தூரத்திலிருந்தே புதருக்குள் உற்று உற்றுப் பார்த்தாள். காய்ந்த மட்டைகளும், பழுப்பு நிற, பச்சை நிற இலைகளுமாக இடைவெளியின்றிக் கிடந்தது புதர். ஒரு ஓணான் மட்டும் நுணாச் செடியின் கிளையில் இருந்து தலையை ஆட்டி ஆட்டி அவளையே பார்த்தது. ஒரு நீளமான குச்சியை எடுத்து மட்டைகளை விலக்கிப் பார்த்தாள்.

''கீ... கீ....'' என கத்தினாள். அமைதி. மீண்டும் ''கீ.... கீ....'' என்றாள். மீண்டும் அமைதி.

அவளுக்கு மனசு பிசைந்தது. கண்கள் கலங்கின. ஒரு பெருமூச்சோடு எழுந்தாள். மனசில்லாமல் வீட்டை நோக்கி நடக்கத் தொடங்கினாள். அப்போது புதருக்குள்ளிருந்து ''கீ...கீ... கீ....'' என மெல்லிய சத்தம் கேட்டது.

திடுக்கிட்டுத் திரும்பினாள். உற்றுக் கவனித்தாள். மீண்டும் ''கீ... கீ....'' என்ற சத்தம். அது கிளியக்காவின் குரல்தான். சட்டென்று கீழே உட்கார்ந்து பார்வையைக் கூர்மையாக்கி புதருக்குள் பார்த்தாள்.

நுணாவின் அடி மரத்தின் அருகில் கப்பு மட்டை மறைவில் உட்காந்திருந்தது கிளியக்கா. அதன் கண்கள் அவளையே பார்த்துக் கொண்டிருந்தன. அதைப் பார்த்ததும் சட்டென்று அவள் மனசு தளும்பியது. புதரிலிருந்து ஒரு குச்சியை ஒடித்து உள்ளே நீட்டினாள். அதை வாயில் கவ்விய கிளி அதன் மீது ஏறியது. அப்படியே வெளியே இழுத்தாள். குச்சியில் ஏறி அமர்ந்து கொண்டது கிளி. விருவிருவென நடந்து வீட்டுக்குள் வந்தவள் ஹாலில் கிளியை இறக்கி விட்டாள்.

''போடி முண்ட....! ராத்திரிலாம் என்னத் தூங்கவுடாம பண்ணிட்டியேடி... உனுக்கு இன்னா கொற வெச்சங் நானு... எதுக்கு வெளியே போன...? பாம்பு வாய்ல மாட்னியோ, நாய் வாய்ல மாட்னியோனு மனசு துட்ச்சி போச்சி எனுக்கு...'' அவள் கண்கள் மீண்டும் கலங்கின.

கடித்தாலும் பரவாயில்லை என, சட்டெனக் கிளியைப் பிடித்து அதன் கழுத்தில் முத்தமிட்டாள். நல்ல வேளையாக அது கடிக்கவில்லை. அவள் கைகளுக்குள் இருந்த கிளியின் உடல் மெல்ல அதிர்ந்தது. அதன் இறக்கைளை நீவிவிட்டாள். அதன் மெத்தென்ற இறக்கையின் மீது ஒரு முத்தமிட்டாள். அவள் கை விரல்களில் கிளியின் கால் விரல் நகங்கள் முள்ளைப் போலக் குத்தின. இறக்கிக் கீழே விட்டாள். சற்றுத் தூரத்தில் போய் நின்றுகொண்டு அவளைப் பார்த்தது.

''எந்தக் கடவுளு புண்ணியமோ போ...! நீ தப்பிச்சது பெரிய அதிசயம்...!''

ஒரு கை நிறைய்ய அரிசியைக் கொண்டு வந்து அதன் எதிரில் தூவினாள். அவசரமாக 'டொக் டொக்' என கொத்தித் தின்றது.

"உன்ன கூடப் பொறந்த பொறப்பு மாதிரி நென்ச்சிகினு இருக்கறங்... ஆனா... இந்த வீடு, நானு, எம்பசங்க... எதுவுமே வாணாம்னு வெளியப் போய்ட்டியேடி....'' சோபாவில் உட்கார்ந்து அதையே உற்றுப் பார்த்தாள்.

''நீ எங்கப் போயி எதுங்கிட்ட மாட்னியோனு அவரு மூஞ்சே சுருங்கிப்போச்சி... உன்ன இப்டி ஊட்ல புட்ச்சி வெச்சதே தப்புன்றாரு...'' ஆனா அவுரு கூட.... ''இந்தத் தனி ஜெயில்ல இருக்கற என்னப்பத்தி நெனைக்கவே இல்ல'' தெரிமா...?

அவள் குரலில் இருந்த வலி அந்தக் கூடம் முழுவதும் தவழ்ந்து தவழ்ந்து பரவியது. அவளும் கிளியும் அதனுள் மூழ்கி மூழ்கி கரையத் தொடங்கினார்கள்.

மாலையில் மீண்டும் கிளியைப் பார்த்ததும் குழந்தைகளுக்கு ஏகப்பட்ட குதூகலம். வெங்கடேசன் பெருமூச்சு விட்டார்.

"எப்டியோ ஒரு கொலைக் கேசுல இருந்து தப்பிச்சிட்டோம்..." என்றார்.

அடுத்த ஒரு வாரம் வழக்கமாக ஓடியது. பழையபடி கிளியக்காவிடம் பேச மனசு வரவில்லை ரேவதிக்கு. அதையே பார்த்துக்கொண்டு உட்கார்ந்திருந்தாள். அதுவும் வெறுமனே அவளைப் பார்த்துக்கொண்டிருந்தது.

அடுத்த ஞாயிறு காலை பதினோறு மணி. பிள்ளைகள் வாசலில் விளையாடிக் கொண்டிருந்தனர். வெங்கடேசன் புத்தகத்தோடு உட்கார்ந்திருந்தார்.

ரேவதி கிளியைப் போர்ட்டிக்கோவில் கொண்டு வந்து விட்டாள்.

"பார்த்துக்கங்க..." பொதுவாக சொல்லிவிட்டு உள்ளே போனாள்.

கிளி தத்தித் தத்தி வாசலை நோக்கிப் போனது.

"ஏ... கிளியக்கா...! திரும்பி வா...! மறுபடியும் வெளிய ஓடிப் போயிடாத....!" அதட்டினான் வினோத்..

பக்கவாட்டில் கால்களை அகட்டி அகட்டி நடந்த கிளி போர்ட்டிகோ தூண்களைக் கடந்து கேட்டை நெருங்கியது.

அப்போது கேட்டுக்கு வெளியே நடந்து போன ஒரு நாய் நின்று திரும்பியது. கேட்டின் சதுரக் கம்பிகளின் ஊடாக உள்ளே கவனித்தது. கிளியைப் பார்த்ததும் "லொள்..." என்றது.

"லொள்.... லொள்...." என, மீண்டும் சத்தமாய்க் குரைத்த நாய் முன் கால்களைத் தூக்கியபடி கேட்டின் மீது தாவியது.

அதிர்ந்து போன கிளி சட்டென எகிறி மேலே தாவியது. வேகமாக இறக்கையை விரித்துப் பறந்து போய் காம்பவுண்ட் மீது உட்கார்ந்தது.

கிளி பறப்பதை மூவரும் அதிர்ச்சியோடு பார்த்தனர்.

''மா... மா... வெளிய வா... கிளி பறக்குது...'' வினோத் கத்தினான்.

அவசரமாக வெளியே வந்தாள் ரேவதி.

மீண்டும் ''லொள்... லொள்... லொள்....'' என, ஆவேசமாகக் குரைத்தபடி காம்பவுண்டின் மீது எகிறியது நாய்.

மீண்டும் பயந்து போன கிளி எழும்பி மேலும் பறக்கத் தொடங்கியது. நாய், வினோத், சுரபி, வெங்கடேசன், ரேவதி எல்லோரும் பார்த்துக் கொண்டிருக்கும் போதே ''கீச் கீச் கீச்....'' என்று கத்திக்கொண்டே கிணற்றுப் பக்கமிருந்த தென்னை மரம் நோக்கிப் பறந்தது. ஐந்து பேருமே தலையை உயர்த்திப் பார்க்க, தென்னை மரத்தையும் கடந்து பறந்து பறந்து வானத்தில் மறைந்தது...

''எப்டி பறக்குது... ? றக்கைய யாரு பிரிச்சி விட்டது....?'' வெங்கடேசன் கேட்டார்.

''அய்யோ... பொதர்ல போய் இருந்துச்சே...! அப்ப மட்டையில மாட்டி பிச்சிகினு இருக்குமோ...?'' ரேவதி படபடப்புடன் கேட்டாள்.

பிள்ளைகள் கண்களில் ஏமாற்றம் வழிய வழிய வானத்தையே பார்த்துக் கொண்டிருந்தனர்.

திரும்பி வீட்டுக்குள் நுழைந்த ரேவதி, கிளி பறந்து போன திசையிலிருந்த சன்னலோரம் போய் நின்று வானத்தைப் பார்த்தாள். மரங்களுக்கு மேல் வெள்ளை வெள்ளையாய் மேகங்கள் மட்டுமே தெரிந்தன.

"போய் வாடி கிளியக்கா..." என மனசுக்குள் சொல்லிக் கொண்டாள்.

அவளுக்குள் ஒரு நிம்மதி பூக்கத் தொடங்கியது. அப்படி 'ஒரு போதும் இங்கிருந்து தன்னால் பறந்து போய்விட முடியாது' என்று நினைத்தபடி... நிதானமாக தன் விரல்களில் ஒட்டியிருந்த செல்லோ டேப்பின் மிச்சத்தைப் பிரித்து எடுக்கத் தொடங்கினாள்.

துளிர்ப்பு

சந்திரா அக்கா என்றால் சண்முகத்திற்கு உயிர். சந்திராவுக்கும் தம்பி சண்முகத்தின் மீது கொள்ளைப் பாசம்.

பத்தொன்பது வயதில் சந்திராவுக்கு முதல் திருமணம் நடந்த போது சண்முகத்துக்குஒன்பது வயது. அப்போது அவன் நான்காவதுதான் படித்துக் கொண்டிருந்தான். என்றாலும் அவளது திருமணம் ஒரு சினிமாவைப் போல அவன் மனதில் இன்னமும் ஆழமாகப் பதிந்திருக்கிறது.

திருமணத்தன்று சந்திராவின் முகம் மேகங்களற்ற பௌர்ணமி நிலவைப் போல பிரகாசித்தது. கண்களிலும், கன்னங்களிலும் வெட்கம் படர... திருவிழா நாளின்போது தெருவில் வீற்றிருக்கும் கெங்கையம்மன் சிலையைப் போல ஜொலித்தாள்.

அதை நினைத்துக்கொண்டதும் ஒரு பெருமூச்சு வந்தது சண்முகத்திற்கு.

தலையை உதறி சுற்றும் முற்றும் பார்த்தான். மருத்துவமனை முழுவதும் நோயாளிகளின் வலி நிறைந்த காற்றும், பார்மலின் வாசனையும், பரபரப்பும் பரவிக் கிடந்தது. வெய்யிலில் அறுத்துப் போட்ட வாழை மட்டையைப் போல மருத்துவனைக் கட்டிலில் கந்தல் கோலமாய்க் கிடக்கிறாள் சந்திரா. உலகமே பெருந்தொற்று பயத்தில் கிலியடித்துக் கிடக்க, சந்திராவை மருத்துவமனைக்குக் கொண்டுவந்து சேர்ப்பதே பெரும்பாடாகிவிட்டது.

எப்படி இருந்தவள் சந்திரா...?

ஒரு மதமதத்தக் குதிரையைப் போல குதியாட்டமான நடை. பூங்கரகம் போன்ற உயரம், அலை அலையாய் விரிந்த கூந்தல், எத்தனைப் பேரை பெருமூச்சு விட வைத்த 'பேரழகி' அவள்.

இருந்த கால்க்காணி நிலமும் மழை பார்த்த மானாவரி நிலம் என்பதால், அதை நம்பிப் பிழைக்க முடியாமல் கரும்பு வெட்ட, அண்டை கழிக்க, கதிரடிக்க, மரம் வெட்ட என, தினக் கூலிக்குப் போய்தான் குடும்பத்தைக் காப்பாற்றினான் அவர்களின் அப்பன் சுந்தரம். அம்மா செண்பகம் வீட்டில் ஊதுவத்தி உருட்டினாள்.

ஒரு வெள்ளிக்கிழமை உச்சி வெய்யிலில் மாரியம்மன் கோயில் ஆலமரத்தில் காய்ந்த விறகுகளை ஒடித்துக் கொண்டிருந்தபோது கால் தவறிக் கீழே விழுந்தான் சுந்தரம். கோயில் வாசலில் நட்டு வைத்திருந்த ஆளுயர சூலத்தின் மீதே விழுந்ததில், வயிற்றில் குத்திய சூலம் முதுகையும் துளைத்து விட்டது. அங்கேயே துடிதுடித்து அவன் உயிர் விட்ட போது.... 'அம்மன் மரத்தில் கால் வைத்து ஏறியது தெய்வ குற்றம்' என்று கிலியோடு பேசிக்கொண்டது ஊர். அப்போது

சண்முகம் கைக்குழந்தை. சந்திராவுக்குப் பத்து வயது. வெட்டப்பட்ட ஆட்டைப் போல கோயில் வாசலில் சரிந்து... அடித்தொண்டை கிழிய கதறிக் கதறி அழுதாள் செண்பகம்.

ஒரே நாளில் திக்கற்றுப் போனது அவர்களின் குடும்பம். நண்டும் சிண்டுமாய் இருந்த குழந்தைகளை வளர்க்க செண்பகம் பட்ட பாடு பெரும்பாடு. ஊரே அயர்ந்து தூங்கிக் கொண்டிருக்கும் நடு இரவிலும் சிம்னி விளக்கின் வெளிச்சத்தில் அவள் மட்டும் ''சர்ரக்.... சர்ரக்....'' என ஊதுவத்தியை இழுத்துக் கொண்டிருப்பாள்.

ஆண் துணை இல்லாத வீடு என்பதால் செண்பகத்துக்கு எத்தனை எத்தனை வலை விரிப்புகள்...! மாம்பழக் காலத்தில் அடை அடையாய் வீட்டைச் சுற்றும் ஈக்களைப் போல... செண்பகத்தை எவ்வளவு பேர் சுற்றிச் சுற்றி வந்தனர். எல்லாரையுமே நெருப்புப் பார்வையால் விரட்டி விட்டு... இரவும் பகலும் வத்தி மனையே கதியாகக் கிடந்தாள்.

உள்ளூர்ப் பள்ளியில் எட்டாவதுவரை மட்டுமே படிக்க முடிந்த சந்திராவும் அதன் பிறகு தாயோடு சேர்ந்து ஊது வத்தி உருட்டத் தொடங்கினாள்.

மனையின் கீழே கால்களை நீட்டி உட்கார்ந்து... வெண்ணிற ஊதுவத்திக் குச்சிகளை பிசைந்த கருப்பு மாவில் அழுத்தித் தேய்த்து... இழுத்து இழுத்து அவர்கள் மடி மீது தள்ளும் ஊதுவத்திகளின் அழகு பார்க்கப் பார்க்கச் சலிக்காது. பதமாய் வெய்யிலில் உலரும் வத்திகளை மறு நாள் காலையில் ஆயிரம் ஆயிரமாய் எண்ணி, கட்டுகள் கட்டி வீட்டுக்குள் அடுக்கிவிட்டுதான் பள்ளிக்குப் போவான் சண்முகம். கம்பெனி முதலாளியால் செண்ட்டு தோய்க்கப்பட்ட பின்னர் அவை எங்கெங்கோ புகைந்து வாசனையைப் பரப்ப... அதுதான் அவர்களின் அடுப்பையும் புகைய வைத்தது. அதில்தான் சண்முகம் கல்லூரிவரைப் படித்தான்.

செண்பகத்தைப் போலவே தகதகக்கும் ஆவாரம் பூ நிறமும், நிமிர்ந்து பார்க்கும் உயரமுமாய் சந்திரா வளர்ந்தபோது... ஊராரின் கண்கள் செண்பகத்தோடு சேர்த்து சந்திராவையும் மேயத் தொடங்கியது.

''குள்ளாக் கண்டை மீன் போன்ற அகலமான கண்கள், செம்பருத்தி அரும்பைப் போன்று விரிந்த மூக்கு, மதுரை மீனாட்சியின் மூக்குத்தியைப் போல ஜொலிக்கும் ஒற்றைத் தெற்றுப்பல் சிரிப்பு, இறுக்கமான மேல் சட்டைக்குள் விம்மும் இளமை'' எனச் சந்திரா வளர வளர... மனதில் பரவசமும் பதற்றமுமாய்க் கிடந்தாள் செண்பகம்.

சந்திராவைப் பெண் கேட்டு வந்த உள்ளூர் வரன்களையெல்லாம் வம்படியாய்த் தவிர்த்தாள் செண்பகம். ஆறு மைல் தூரத்தில் இருக்கும் பரமசாத்தில் ஐந்து ஏக்கர் நிலமும், பம்ப்செட்டுமாய் விவசாயம் பார்த்த சதாசிவத்தை அவர்கள் எல்லோருக்குமே பிடித்து விட்டது.

சதாசிவம் மாநிறம்தான். உடன் பிறந்தவர் யாரும் இல்லை என்றாலும் அவனைப் பெற்றவர்கள் நல்ல குணமானவர்களாகத் தெரிந்தனர். முடிந்ததைச் செய்தால் போதும் என்ற அவர்களின் பெருந்தன்மை செண்பகத்தின் கண்களில் நீர் கோக்க வைத்தது.

கரம்பாகவே கிடந்த கால்க்காணி நிலத்தை விற்று சந்திராவுக்கு மூன்று பவுன் சங்கிலியும், ஒரு ஜோடி கம்மல், ஜிமிக்கியும், மாப்பிள்ளைக்கு இரண்டு பவுன் கழுத்துச் செயினும்தான் அவர்களால் போட முடிந்தது.

திருமணத்தன்று மாலை, ஊரே ஒன்று திரண்டு கிளம்பியது. மசமசத்த இருட்டில் வண்ணார ஆனந்தனின் தீவட்டி மிதந்து மிதந்து முன்னே செல்ல, தங்கக் குடமாய் ஜொலித்த சந்திரா தலை குனிந்து நடக்க... சீர்

சாமான்களை தோளில் சுமந்த ஊர்க்காரர்களும், குழந்தைகளும் கேலியும் கிண்டலுமாய்ப் பின் தொடர்ந்தனர்.

நீவாநதியின் கிழக்குக் கால்வாயில் இறங்கி... வெளுத்தத் துணியாய் மணல் பூத்திருந்த நடைபாதையில் கால்கள் புதையப் புதைய நடந்து, கரையேறி, வானுயர இலுப்பை மரங்களையும், இருட்டின் நிறத்தில் வட்டமிடும் வெளவால்களையும் ரசித்தபடியே தார்ச் சாலையில் நின்றனர். அடுத்த கால் மணி நேரத்தில் விளக்குகள் ஜெகஜோதியாய் எரிய... நீளமாக ஹாரன் அடித்தபடி வந்து நின்ற செங்கல் நிற ஈஸ்வரிப் பேருந்தில் முண்டியடித்து ஏறினார்கள்.

சண்முகத்திற்கு அதுதான் முதல் பேருந்துப் பயணம். பேருந்தின் நடுவில் நின்று இருக்கைக் கம்பியைக் கெட்டியாகப் பிடித்துக் கொண்டான். அப்படியும் அவன் கால்கள் தள்ளாடி, முன்னும் பின்னுமாய் கரகம் ஆட... அவனுக்குப் பயமாகவும், கூடவே மனக் கிளர்ச்சியாகவும் இருந்தது.

ஊற்றுப் பள்ளங்களில் மட்டும் தண்ணீர் நிரம்பிக்கிடந்த அணைக்கட்டை சில நொடிகளில் கடந்து, கீரைச்சாத்து, இடையகுப்பம், பாலம் கூட்ரோடு நிறுத்தங்களில் நின்று, கடைசி ஊரான பொன்னையில் பேருந்து நின்று குலுங்கியபோது முதன் முறையாகப் பொன்னையைப் பார்த்தான் சண்முகம்.

‘காந்தித் தாத்தா’ மினு மினுக்கும் வெள்ளை நிறத் தடியுடன், வேகமாக நடப்பவரைப் போல நின்றிருக்க, அவரைச் சுற்றி முட்டி உயரத்தில் ஒரு சுற்றுச் சுவர். அதைச் சுற்றி வந்த வேலூர், திருத்தணி, ஆற்காடு பேருந்துகள் சிறிது நேரம் நிற்பதும், ஆள்களை ஏற்றிக் கொண்டு வேகமாய் உறுமியடி கிளம்பிப் போவதுமாக இருந்தன. ‘ப’ வடிவில் வரிசையாக இருந்த கடைகளில் மஞ்சளும், சிவப்புமாய்

போண்டாக்களும், பஜ்ஜிகளும் மணத்தன. பரோட்டா குருமாவின் வாசனை நாக்கில் எச்சிலைச் சுரக்க வைத்தது.

அடுத்து வந்த சித்தூர் பேருந்தில் அவர்கள் திபுதிபுவென ஏறினார்கள். அவர்கள் யாருக்குமே உட்கார இடம் கிடைக்கவில்லை. ஆனாலும் 'கால் மணி' நேரத்திலேயே பரமசாத்து வந்துவிட்டது; சண்முகத்துக்கு ஏமாற்றமாக இருந்தது.

இருட்டில் சலனமற்றுக் கிடந்த அந்த ஊர் நிறுத்தத்தில் அவர்கள் இறங்கிய போது கிழக்கு மேற்கு எதுவும் தெரியவில்லை. ஆனந்தன் மீண்டும் தீவட்டியைக் கொளுத்திக் கொண்டு முன்னால் நடக்க... சற்று தூரம் நடந்ததும் ஒரு குழல் மின் விளக்கு மின்னலைப் போல விட்டு விட்டு கண் சிமிட்டிக் கொண்டிருந்தது. அதையும், மாப்பிள்ளையின் ஊரையும் கிண்டலடித்தபடியே கால் மணி நேரம் நடந்த பின்னர் அவர்கள் ராமர் கோவிலை அடைந்தனர். மஞ்சள் தெருவிளக்கின் கீழே சம்மணமிட்டிருந்த கோயிலின் முன்புறம் கிழக்கில் நீண்டிருந்தன தெருக்கள். மஞ்சப் புல் கூரை வீடுகளும், ஓட்டு வீடுகளும் மின் விளக்கு வெளிச்சங்களில் மங்கலாய்த் தெரிந்தன. தெருவின் பின் பகுதியில் தெரிந்த சில மெத்தை வீடுகள் மட்டும் பளிச்சிட்டன.

மாப்பிள்ளை வீட்டார் வெல்லம் கரைத்த பானகமும், நீர் மோரும் கொடுத்து மஞ்சள்நிறக் கோரைப் பாய்களில் இவர்களை உட்கார வைத்தனர். தவில்களும், நாதஸ்வரங்களும் காதைக் கிழிக்க... எட்டு மணிக்குத் தொடங்கியது பெண் அழைப்பு. அணிலின் முதுகில் கிடக்கும் கோடுகளைப் போல ஊரில் மொத்தமே மூன்று தெருக்கள் தான். அதைக் கடக்கவே மணிக் கணக்கானது. எல்லோருக்கும் வயிற்றில் பசி அமிலம் சுரந்து பிராண்டத் தொடங்கியது.

சுற்றுப்பட்டு ஊர்க்காரர்கள் எல்லாருமே வள்ளிமலையில் மண்டபங்களில் நாகரீகமாய்த் திருமணங்களை நடத்தத் தொடங்கிய காலம். ஆனாலும் ஊரிலேயே, தெரு அகலத்துக்கு விஸ்தாரமாய் பந்தல் போட்டிருந்ததும், பல நிற சீரியல் விளக்குகள் பள்ளிக் குழந்தைகளைப் போல முன்னும் பின்னுமாய் ஓடி ஓடி மின்னியதும் அவர்கள் எல்லோருக்குமே பிடித்திருந்தது. ஒரு வழியாய் ஊர்வலமும், பந்தியும் முடிந்த பின்னர் எல்லோரும் படுக்க இடம் தேடினர்.

பந்தலுக்குள்ளும், பக்கத்து வீடுகளின் வாசல்களிலும், சர்க்கார் பள்ளிக்கூட வளாகத்திலுமாய் பலபேர் கட்டையை நீட்ட, சண்முகம் சந்திராவுடன் பக்கத்து ஓட்டு வீட்டிலேயே படுத்துக்கொண்டான். சந்திராவின் சிநேகிதிகள் அவனைச் சீண்டிக் கொண்டே இருந்தனர்.

''ம்… தம்பியார இப்டி முந்தானிலியே சொருவி வெச்சிகினு கீறியே… இனிம அவன உட்டுட்டு எப்டி இருப்ப சந்த்ரா…?'' கிண்டலாகக் கேட்டாள் ஒருத்தி.

அதைக் கேட்டதும் திக்கென்றது சண்முகத்திற்கு.

''கறிவேப்ல கொத்து மாறி ஒரே ஒரு தம்பி எனுக்கு… அவன எங்கூடவே வெச்சிக்கீறங்…'' சந்திரா அவனது கன்னத்தை வழித்து முத்தமிட்டாள்.

திருமணத்திற்குப் பிறகு சந்திரா இல்லாத அவர்களின் வீடு வீடாகவே இல்லை. அவள் தேய்த்த 'ஊதுவத்தி மனை' திண்ணை மூலையில் கால்களை விரித்துக் கொண்டு பாவமாய்க் கிடந்தது. அவள் கைகள் உரசாத அந்த மனையும் மனசு ஒடிந்துதான் போயிருக்கும். வத்தி உருட்டுகிற எல்லோருமே பிளாஸ்டிக் வளையல்களைத்தான் போடுவார்கள். கண்ணாடி வளையல்கள் போட்டால் கைகள் முன்னும்

பின்னுமாய் அசைகிறபோது உராய்ந்து உடைந்து போகும். ஆனால் சந்திரா மட்டும் கண்ணாடி வளையல்கள் தான் போடுவாள். அவளது வளையல்கள் உரசும் ஓசை ஒரு இசையைப் போல கேட்டுக் கொண்டே இருக்கும்.

அவள் இல்லாத போதும் அந்த இசை தொடரந்து கேட்பதைப் போல பல நாள்கள் பிரமிப்பாய் இருந்தது சண்முகத்துக்கு.

சனி, ஞாயிறுகளில் அம்மாவோடு அக்கா வீட்டுக்குத் தவறாமல் கிளம்பிவிடுவான். ஆம்லெட், அவித்த முட்டை, கோழிக் கறிக்குழம்பு, அப்பளம், கிச்சலி ஊறுகாய் எனத் திகட்டத் திகட்ட அவனுக்கு ஆக்கிப் போடுவாள் சந்திரா. சதாசிவமும் கடையிலிருந்து மொறு மொறுப்பான நெருப்பு நிற காராசு வாங்கி வந்து தருவார்.

அவர்களின் பம்ப் செட்டிலிருந்து பீய்ச்சியடிக்கிற தண்ணீர்... இரையை விழுங்கிய மலைப் பாம்பைப் போல கால்வாயில் நெளிந்து நெளிந்து ஓடுவதைப் பார்க்கப் பார்க்கச் சலிக்காது சண்முகத்துக்கு. கிணற்று மேட்டிலிருக்கும் ஊளமூக்குப் பழ மரத்தில் ஏறி ஊஞ்சல் ஆடுவான். ஆரஞ்சு நிறத் தேன் மிட்டாயைப் போல குட்டிக் குட்டியாய் பழுத்திருக்கும் ஊளமூக்குப் பழத்தைப் பறித்து நிதானமாகத் தின்பான். புளிப்பும், துவர்ப்பும் கலந்து, ஒழுகும் ஊள மூக்கைப் போன்ற வழவழப்பான அதன் சுவை அவனுக்குப் பிடிக்காது. என்றாலும் அது சதாசிவம் மாமாவின் மரம் என்பதால் அவனுக்குப் பிடித்திருந்தது.

பொன்னையில் ஓம் சக்தி டென்டுக்கு அவனையும், சந்திராவையும் எப்போதாவது முதல் ஆட்டத்துக்குக் கூட்டிப் போவார் சதாசிவம். டி.வி.எஸ் வண்டியில் மாமாவுக்கும் அக்காவுக்கும் நடுவில் உட்கார்ந்து போவதே ஒரு சுகம் அவனுக்கு. பார்த்த படத்தைப் பற்றி வழியெல்லாம் பேசிக்கொண்டே வருவார் சதாசிவம்.

அவை எல்லாமே 'திடீரென கனவாகி விடும்' என யாருமே எதிர்பார்க்கவில்லை. பயிருக்கு உரம் வாங்க, மாடுகளுக்குப் புண்ணாக்கு வாங்க, வண்டிக்குப் பெட்ரோல் போட என பொன்னைக்குப் போகும் போதெல்லாம் மிக்சரும், இனிப்பும், மல்லிகைப் பூவுமாய் வாங்கி வந்து கொடுத்த சதாசிவம்.... கொஞ்சம் கொஞ்சமாய் மாறி வருவதாக ஒரு முறை ஊருக்கு வந்த போது தன் அம்மாவிடம் சொல்லிவிட்டு சந்திரா அழுதபோது சண்முகத்துக்கும் அழுகை வந்தது. கூடவே மாமாவின் மீது கோபமும் வந்தது.

அப்போது அவன் பத்தாவது முடித்திருந்தான். திருமணமாகி ஏழு வருடங்கள் கடந்தும் சந்ததிராவுக்குக் குழந்தை இல்லை என்பதை இரண்டு ஊர்களுமே முக்கியப் பேச்சாக்கி இருந்தன.

வள்ளிமலை தெப்பக் குளத்தில் முழுகி ஈரம் சொட்டச் சொட்ட மலை ஏறி, முருகனிடம் உருகி உருகி வேண்டினாள் சந்திரா. பெரியாண்டவனுக்கும், கெங்கையம்மனுக்கும் அடிக்கடி விரதம் இருந்தாள்.

இப்படியாக மேலும் ஒரு வருடம் கழிந்த பிறகு, ஒரு வெள்ளிக் கிழமை காலையில் சந்திராவை இவர்கள் வீட்டுக்கு அழைத்து வந்தார் சதாசிவம். மறுநாள் காலையில் திரும்ப வந்து அழைத்துப் போவதாகச் சொல்லி சந்திராவை விட்டுப் போனார். ஆனால் ஒரு வாரம் கடந்தும் அவர் திரும்பி வரவில்லை.

அவள் இல்லாமல் மாடுகளும், கன்றுகளும், கோழிகளும் தவிக்கும் எனப் புலம்பிக் கொண்டிருந்தாள் சந்திரா. அதற்கடுத்த ஞாயிறு காலையில் அம்மாவோடும், சண்முகத்தோடும் இவர்களாகவே கிளம்பி பரமசாத்துக்குப் போனபோது, இவர்களை வீட்டுக்குள் கால் வைக்கவே விடவில்லை சந்திராவின் மாமியார்.

''ஒரு மலட்டுப் பொண்ணக் கட்டி வெச்சிக் கய்த்தறுத்துட்டீங்ளே... இந்த பட்ட மர்த்த வெச்சிகினு இன்னா பண்றது...?'' ஆவேசமாகக் கத்தினாள்.

''அந்த ஊர்க்காரர்கள் சிலர் சமாதானம் பேசினார்கள். கொஞ்ச நாள் அம்மா வீட்டிலேயே இருந்து வைத்தியம் பார்க்கட்டும்'' என, அந்த ஊர் நாட்டாமைக்காரர் சொன்னதை ஏற்று, மீண்டும் ஊருக்கேத் திரும்பி வந்தனர்.

தேசிகாமணி பண்டாரம், நரசிம்மன் வைத்தியர், அருணகிரி சாமியார் என அலைந்து திரிந்து ஏராளமான மருந்து மாத்திரைகளைத் தின்றாள் சந்திரா. ஊரை விட்டுக் காட்டில் தனித்திருக்கும் கொள்ளாபுரியம்மன் கோயிலில் வெள்ளிக்கிழமை தோறும் விளக்கேற்றினாள்.

வழி தவறி வரும் ஒற்றை மழையைப் போல... எப்போதாவது ஊருக்கு வரும் சதாசிவம் திண்ணையிலேயே உட்கார்ந்து பட்டும் படாமலும் பேசிவிட்டுப் போய்விடுவார். அப்படி ஒரு முறை திண்ணையில் உட்கார்ந்து அவர் பேசிக் கொண்டிருந்தபோது, தேசிகமணி பண்டாரம் கொடுத்த திருநீறை அவரின் தலைக்கு மேலாக அவருக்கேத் தெரியாமல் பின்புறமிருந்து தூவினாள் செண்பகம். அந்தத் திருநீரைச் சதாசிவத்தின் உச்சந் தலையில் வைத்துவிட்டால் அவர் சந்திராவையே சுற்றிச் சுற்றி வருவார் எனப்பண்டாரம் சொல்லி இருந்தார். அப்படி அவரின் உச்சந்தலையில் அதை நேரடியாக வைக்க யாருக்கும் தைரியம் இல்லை.

ஆனால் அதற்குப் பிறகு அவர் ஊருக்கு வரவே இல்லை. அவருக்கு இரண்டாவது திருமணம் நடக்கப் போவதாக இரண்டு மாதங்கள் கழித்துத் தகவல் வந்தது. ஊரிலிருந்து பத்துப் பேரோடு கிளம்பிப்

போய் அவர்களிடம் பஞ்சாயத்துப் பேசினார்கள். சண்முகம் அப்போது பனிரெண்டாவது முடித்திருந்தான்.

அங்கே இவர்களின் பேச்சு எடுபடவே இல்லை. மலடியை வைத்துக் கொண்டு என்ன செய்வதென, அவர்கள் திரும்பத் திரும்பக் கேட்டக் கேள்விக்கு இவர்களால் என்ன பதில் சொல்ல முடியும்...?

திருமணத்திற்குப் போட்ட நகைகளையும், சீர் சாமான்களையும் திருப்பித் தருவதோடு, ஜீவனாம்சமாக முப்பதாயிரம் ரூபாயையும் மொத்தமாகத் தருவதாக அவர்கள் ஒப்புக் கொண்டனர்.

ஆனால், ஜீவானாம்சப் பணத்தை மட்டும் வாங்க வேண்டாம் என்று தீர்மானமாகச் சொல்லிவிட்டாள் சந்திரா. தளும்பி வழிகிற கண்களோடு சதாசிவத்தை ஒரு ஆழமான பார்வைப் பார்த்தாள். கண்களைத் துடைத்தபடி எழுந்து வேகமாக நடக்கத் தொடங்கிவிட்டாள்.

மீண்டும் ஊரில் ஊது வத்தி மனையோடு ஒன்றிப் போனாள். இடையிடையே களை எடுக்க, நாற்று நட, கதிர் அறுக்க என, அவள் கூலி வேலைக்குப் போகும் போதெல்லாம் ஊராரின் குத்தல் பேச்சுகளும், கிண்டல்களும் வாழை நாராய் அவளைக் கிழித்துப் போட்டன. கட்டுக் கோப்பான அவளின் உடலையும், மதர்த்துக் கொண்டு நிற்கும் இளமையையும் பார்த்துப் பார்த்துச் சீண்டின ஆண்களின் பார்வைகள். அதனால் எந்நேரமும் ஊதுவத்தி மனையுடனே தவம் கிடக்கத் தொடங்கினாள்.

சண்முகம் கல்லுரிக்குள் நுழைந்த பிறகு அவனுக்காக இரவும் பகலுமாய் வத்தி உருட்டினாள். 'நாடி' தளரத் தொடங்கிய செண்பகத்துக்கு அது ஆறுதலாக இருந்தாலும், இப்படி அவள்

உள்ளுக்குள் உருகிச் சிதைவதை அவளால் ஏற்றுக் கொள்ளவும் முடியவில்லை.

சந்திராவின் குலையாத உடல் வனப்பு ஊரில் பல ஆண்களின் ஏக்கப் பெருமூச்சுகளைக் காற்றோடு காற்றாய் கரைய வைத்தது. 'மலடிதானே' என்று பலபேர் அவளைச் சுற்றிச் சுற்றி வந்தனர். அவர்களின் வீட்டு வாசலில் நிற்கும் வேப்ப மரத்தடியில் எந்நேரமும் தவம் கிடந்தனர்.

ஆனாலும் தாயைப் போல கணகணக்கும் நெருப்பாகவே இருந்தாள் சந்திரா. அந்த நெருப்பில் அவளே எரிந்தாள். அவளை அவளே புடம் போட்டுக்கொண்டு மேலும் தகதகத்தாள்.

''இன்னா மச்சாங்... உங்க பக்கத்தூட்ல செனைக்கி வந்த கடேறி ஒண்ணு எப்பப் பாத்தாலும் வான்த்தப் பாத்துக் கத்திகினே கீது.... உங்கூட்லயும் அதுமாதிரி கடேறி எதுனா கீதா...?'' சண்முகத்தின் நண்பன் திருலோகு ஒரு முறை இவனிடம் கேட்டுவிட்டு அசிங்கமாக இளித்தான்.

இரவும் பகலும் ஓங்காரமாகப் பெருங்குரலெடுத்துக் கத்தும் அந்தக் கடேரிகள், காளையோடு சேர்க்கிற வரை அடங்காது. திமிறித் திமிறி கழுத்துக் கயிற்றை அறுத்துக் கொண்டு ஓடுவதையும், முன்னால் நடக்கிற ஆட்களின் மீது கால்களைத் தூக்கிப் போட்டுத் தாவுவதையும் சண்முகமும் பார்த்திருக்கிறான்.

வத்தி மனையின் முன்பாக உட்கார்ந்து அசைந்து அசைந்து வத்தி உருட்டும் போது முந்தானையை மீறி அவளின் செழிப்பான தனங்கள் கலசங்களைப் போலத் தெரியும். அதற்காகவே சில இளசுகள் சண்முகத்திடம் பேசுகிற சாக்கில் அவர்கள் வீட்டுத்திண்ணையில் உட்கார வருவார்கள்.

அதனால் மாராப்புக்கு மேலாக சண்முகத்தின் சட்டை ஒன்றை மாட்டிக் கொண்டு மனையில் உட்காருவாள். அப்படி அவள் உடுத்திய சட்டையைத் துவைத்து மீண்டும் சண்முகம் கல்லூரிக்குப் போட்டுக் கொண்டு போகிறபோது, சட்டையின் முன்புறங்கள் உப்பியபடி தெரியும்.

''ன்னா மச்சாங்.... முன்னாடி ரெண்டு பக்கமும் பம்முனு உப்பிகினு நிக்கிது சட்ட....?'' எனக் கல்லூரியில் நண்பர்கள் அவனிடம் கேட்பார்கள். அவர்களிடம் எதுவும் சொல்லாமல் அசடு வழிவான்.

ஆனால், விசயம் தெரிந்த உள்ளூர் திருலோகு, ஒரு நாள் சண்முகம் அந்தச் சட்டையை போட்டிருக்கும் போது.... அவனை அணைத்து போதையோடு முன்புறத்தைக் கைகளால் தழுவினான். கள் குடித்ததைப்போல அவன் கண்கள் சொக்கின. அதைப் புரிந்து கொண்டதும் ஆத்திரத்தோடு அவன் அடி வயிற்றில் ஓங்கி ஒரு குத்து விட்டான் சண்முகம்.

ஒரு வழியாக அவன் கல்லூரிப் படிப்பை முடித்து, சிப்காட்டில் ஒரு தோல் தொழிற்சாலையில் கிளார்க் வேலையில் சேர்ந்தான். அதன் பிறகு செண்பகமும், சந்திராவும் ஊதுவத்தி உருட்டக் கூடாது என்று பிடிவாதமாகத் தடுத்துவிட்டான். சந்திராவையும் அவர்கள் கம்பெனியிலேயே ஹெல்ப்பர் வேலைக்குச் சேர்த்துவிட்டான்.

மூன்று மாதங்கள்தான். மேலாளரின் பார்வையையும், பேருந்தில் அத்துமீறும் ஆண்களையும் பார்த்துவிட்டு சண்முகமே அவளை வேலைக்கு வரவேண்டாம் என நிறுத்தி விட்டான். மீண்டும் வத்தி மனையோடு ஒன்றிவிட்டாள்.

எந்நேரமும் மாடுகள் இறங்கி மேயத் துடிக்கிற பயிராக சந்திராவை எவ்வளவு காலம்தான் வைத்திருக்க முடியும்...? கை கால் முடமான

யாராவது வந்தால் கூட, ‘அவளுக்கு இரண்டாவது திருமணம் செய்துவிடலாம்’ எனத் தயங்கித் தயங்கி முடிவெடுத்தாள் செண்பகம். சண்முகத்துக்குத் திருமணமானால் வருகிறவள் எப்படி இருப்பாளோ? என்ற கவலையும் அதற்குக் காரணமாக இருந்தது.

அந்த நேரத்தில் எதிர்பாராமல் கிடைத்த வரத்தைப் போல... திருவலத்திலிருந்து வந்தவர்தான் இந்தக் கோட்டீஸ்வரன்.

ஐம்பத்தியிரண்டு வயது. ஆறு ஆண்டுகளுக்கு முன்பே விபத்தில் மனைவியை இழந்தவர். குழந்தைகளும் பிறக்காததால் தனிக் கட்டையாகக் கிடந்தவர். ஒரு பெரிய தொழிற்சாலையில் பொறுப்பான வேலை. முன் தலையில் பெரிய கொட்டாங்குச்சியைக் கவிழ்த்ததைப் போல முக்கால் வழுக்கை. பின் தலையிலும் முக்கால்வாசி நரைமுடி. ஒற்றை நாடி சரீரம். யாரோ ஒரு உறவினர் மூலம் விசாரித்து, நம்பிக்கை இல்லாமல்தான் பெண் கேட்டு வந்தார்.

அவரைப் பார்த்த உடனே மனசு விட்டுப்போனது சண்முகத்துக்கு. மாலைகளும், ஆரங்களும் குலுங்கும் தேரைப் போல ஆர்பாட்டமாய் நடக்கிற சந்திராவுக்கு அவர் கால் தூசுக்குக் கூட காணமாட்டார்.

சண்முகம் எந்தப் பேச்சுமில்லாமல் அவரை நிராகரித்துவிட்டான். ஆனால், அவர்கள் யாருமே நம்ப முடியாதபடி சம்மதம் சொல்லிவிட்டாள் சந்திரா. அப்போது அவள் கண்களில் பளீரிட்ட வைராக்கியம் சண்முகத்தையும் செண்பகத்தையும் சம்மதிக்க வைத்தது.

ஊரார் வாயடைத்து நிற்க... திருமணம் நடந்தேவிட்டது. எளிமையாக மாரியம்மன் கோயிலில் நடந்த திருமணத்தின் போது, கனவில் நடப்பதைப் போல... எதையும் நம்ப முடியாமல் பேந்தப் பேந்த விழித்துக் கொண்டிருந்தார் கோட்டீஸ்வரன்.

அடுத்த நான்காண்டுகள் அவளது வாழ்க்கை எந்தப் பிசிறுமில்லாமல் நிம்மதியாகப் போனது. குழந்தை பாக்கியம் இல்லாவிட்டாலும், தலை நிறைய்ய சிரிக்கும் பூக்களோடும், நெற்றியிலும் வகிட்டிலும் மிளிரும் குங்குமத்தோடும், களிப்பில் மினுமினுக்கும் முகத்தோடும் சந்திரா ஊருக்கு வரும்போதெல்லாம் நம்ப முடியாமல் பார்த்தது ஊர்.

அப்படிப் பார்த்தவர்களில் யாருடைய கண்கள் பட்டதோ.... இரண்டு நாள்களாகக் குமட்டிக் குமட்டி வாந்தி எடுத்து, இதோ மருத்துவமனையில் அலங்கோலமாகக் கிடக்கிறாள்.

மூன்று மாதங்களுக்கு முன்பும் இப்படி வாந்தி எடுத்திருக்கிறாள். 'ஃபுட்பாய்சன்' என குளுக்கோஸ் ஏற்றி மருந்து கொடுத்திருக்கிறார்கள். இப்போதும் அப்படித்தான் ஆகியிருக்கும் என்ற நினைப்பில்... 'ஊரடங்கால்' வெளியே போக முடியாமல் கிடந்திருக்கிறார்கள்.

இரண்டு நாளுமே பச்சைத் தண்ணீரைக் குடித்தாலும் வயிற்றில் தங்கவில்லை. குழாய் உடைத்துக் கொண்டு சீறுவதைப் போல ஓங்காரமான வாந்தி. பாம்பைப் போல உடலை முறுக்கி முறுக்கி ஓங்கரிப்பு. மூன்றாவது நாள் காலையில் நைலான் துணியாய் உடல் துவள, கண்கள் நிலை குத்தி, பேச்சு மூச்சற்று கீழே சரிந்திருக்கிறாள். அதற்குப் பிறகுதான் பயத்தோடு சண்முகத்திற்குத் தகவல் சொன்னார் கோட்டீஸ்வரன்.

சண்முகமும் செண்பகமும் பதறிக்கொண்டு அவர்கள் வீட்டுக்குப் போனபோது... சூரைக் காற்று முறித்துப் போட்ட மரக் கிளையைப் போல வெறுந் தரையிலேயே சரிந்து கிடந்தாள் சந்திரா.

மருத்துவமனைக்குள் கால் வைத்தாலே தொற்றுப் பரிசோதனை செய்து தனி வார்டில் போடுவார்கள், குடும்பத்தையே தனிமைப்

படுத்துவார்கள், தெருவையே அடைத்து விடுவார்கள் என்றெல்லாம் பயம் காட்டிய பக்கத்து வீட்டுக்காரர்களை மீறி, கோட்டீஸ்வரனின் நண்பர் ஒருவரின் காரில் சந்திராவைத் தூக்கிப் போட்டுக்கொண்டு கிளம்பினார்கள். வழியெல்லாம் நடப்பட்ட தடுப்பு வேலிகளையும், சோதனை கெடுபிடிகளையும் கடந்து பெரும் போராட்டங்களுக்குப் பின்னர் இந்தத் தனியார் மருத்துவமனைக்குள் அவர்கள் நுழைந்த போது... கோட்டீஸ்வரனும் வாய் உலர்ந்து, நாக்கு வறண்டு துவண்டு விட்டார்.

நோயாளிகள், உடன் வந்தவர்கள், பணியாளர்கள் என எல்லோருமே முகக் கவசங்களுடன் விலகி, விலகி நடப்பதையும், அவர்களின் கண்களில் தெரிந்த பீதியையும் பார்க்கப் பார்க்க சண்முகத்தின் மனசும் பதறியது.

உடனே மருத்துவனைக்கு வராமல் காலம் கடந்து வந்ததற்காக மருத்துவர்கள் ஏகமாய்த் திட்டினார்கள். செவிலியர்களின் படபடப்பு இவர்களின் நெஞ்சை மேலும் உலர வைத்தது. அவர்களும் கூட பெருந்தொற்று பயத்துடனே இருப்பது முகக் கவசங்களுக்கு மேல் அசைந்த அவர்களின் கண்களில் தெரிந்தது. தள்ளி நின்றபடியே அவர்கள் சந்திராவின் கையிலிருந்து ரத்தத்தை உறிஞ்சியபோதும், புறங்கை நரம்பில் விரல்நீள ஊசியைச் சொருகி குளுக்கோஸ் ஏற்றிய போதும் மரக் கட்டையைப் போல அசைவின்றிக் கிடந்த சந்திராவைப் பார்த்ததும் சண்முகத்துக்கு மனசு விட்டுப்போனது.

'அறைக்குள் கும்பல் சேரவேண்டாம்' எனச் செவிலியர்கள் விரட்ட... அறைக்கு வெளியே கிடந்த நீளமான மரப் பென்ச்சில் உட்காரந்தவனுக்கு மனம் இருப்புக் கொள்ளவில்லை. தொற்று பயத்தில் வேறு யாரும் அவன் பக்கத்தில் உட்காரக்கூட இல்லை.

இரண்டு மணி நேரமாக செவிலியர்களும், மருத்துவர்களும் உள்ளும், வெளியுமாக ஓடிக்கொண்டிருக்கிறார்கள். யாரும் ஒரு வார்த்தையும் பேசவில்லை. கடைசியாக பெரிய மருத்துவரும் உள்ளே போய்க் கால்மணி நேரத்தையும் கடந்துவிட்டது.

திடீரென அறைக்குள்ளிருந்து வெளியே வந்த கோட்டீஸ்வரன் வேக வேகமாக மருந்து கவுண்டரை நோக்கி ஓடினார். அவர் முகம் மேலும் கருத்திருந்தது.

கை நிறைய்ய மருந்துக் கவர்களோடு திரும்பி வந்தவரைப் பார்த்து ''மாமா...'' என்றபடி எழுந்து நின்றான். அவனை பரிதாபமாக ஒரு பார்வை பார்த்துவிட்டு உள்ளே போய்விட்டார். அந்தப் பார்வையே அவனுக்கு 'குபீர்' என்றது.

சந்திரா அவர்களை விட்டுப் போய்விடுவாளோ...? அய்யோ....! இப்படி திடீரென போவதற்கா இவ்வளவு காலமும் அக்கினிப் போராட்டத்தை நடத்தினாள்....?

பதட்டத்தோடு மீண்டும் உட்கார்ந்தான். முள்ளாய் குத்தியது பெஞ்ச். மேலும் பத்து நிமிடங்கள் நரகமாய் நகர்ந்தது.

எதிர்ச் சுவரில் இருந்த கடிகாரத்தில் மூன்று முட்களும் பனிரெண்டைத் தொட்டு விலகிய போது, செண்பகம் பரபரப்பாக வெளியே வந்தாள்.

சட்டென்று எழுந்து நின்றான் சண்முகம். அவள் என்னவோ சொல்ல வருகிறாள். அவள் கண்களையும், உதடுகளையும் மாறி மாறிப் பார்த்தான். அவனுக்கு பயமாக இருந்தது.

''சம்முகம்...''

கவிப்பித்தன்

அவளால் பேச முடியவல்லை. உதடுகள் துடித்தன. சண்முகத்துக்கு முகமெல்லாம் குபீரென வியர்த்தது.

''கடவுளு கண்ணத் தொறந்துட்டான்டா... சந்திரா மாசமாயிருக்காளாம்....''

சட்டென்று மனசு துள்ளிக் குதித்தது சண்முகத்துக்கு. பட்ட மரத்தில் திடீரென ஒரு துளிரா...? அதற்காகத்தான் அவள் உடலில் இவ்வளவு பெரிய போராட்டமா...?

'உடனே சந்திராவின் முகத்தைப் பார்க்க வேண்டும்' என்று அவன் மனம் பரபரத்தது.

சட்டென்று அறைக்குள் நுழைந்தான்.

கட்டிலில் வெள்ளை விரிப்பின் மீது கண்களை மூடி மல்லாந்து படுத்திருந்தாள் சந்திரா. மனசு பூரிக்க அவள் முகத்தை உற்றுப் பார்த்தான்.

சந்திராவின் முகத்தில் ஒரு குட்டிச் சந்திரா தெரிந்தாள்.